गोष्टींचं एटीएम

अफलातून गोष्टींचं ऑल टाईम मनोरंजन

प्रा. श्याम भुर्के

मेहता पब्लिशिंग हाऊस

GOSHTICHE ATM by PROF. SHYAM BHURKE

गोष्टींचं एटीएम : प्रा. श्याम भुर्के / विनोदी कथासंग्रह

गंगातारा, ९१७/७ गणेशवाडी, डेक्कन जिमखाना, पुणे ४११ ००४

✆ ९४२२०३३५०० / shyam@izeltech.com

प्रकाशक : सुनील अनिल मेहता, मेहता पब्लिशिंग हाऊस,
१९४१ सदाशिव पेठ, माडीवाले कॉलनी, पुणे - ३०.

मुद्रक : स्पेक्ट्रम ऑफसेट, डी-२/४, सत्यम इस्टेट,
सीडीएसएसच्या मागे, एरंडवणे, पुणे - ४११००४.

मुखपृष्ठ व
आतील चित्रे : घन:श्याम देशमुख

प्रकाशनकाल : ऑगस्ट, २००० /
मेहता पब्लिशिंग हाऊस यांची द्वितीयावृत्ती ऑगस्ट, २०१७

किंमत : ₹ १५०

P Book ISBN 9789386745163

E Book ISBN 9789386745170

E Books available on : play.google.com/store/books
www.amazon.in

कथा वाचनांचं टोकन हाती घेण्यापूर्वी...

एका बँकेतल्या अधिकाऱ्याला त्याच्या साहेबानं डेप्युटेशनवर एका खेड्यातल्या शाखेत जायला सांगितलं. नुकतंच लग्न झालं असल्यानं तो जायला टाळाटाळ करू लागला. पण साहेबानं बजावलं, 'नोकरी आहे म्हणून छोकरी मिळालीय.' त्यानं जायचा निर्णय घेतला. सौ.ची समजूत काढताना म्हणाला, 'मी तीन आठवड्यात येतोय. तोपर्यंत आपण एकमेकांना पत्रं पाठवत राहायचं!' तो गेल्यावर हिनं पत्र लिहिलं पण उत्तर नाही! दोन, तीन पत्रं लिहिली पण उत्तर नाही! ती काळजी करीत होती. महिन्यानं हा घरी आला. हिनं विचारलं, "माझी पत्रं मिळाली ना? एकाही पत्राचं उत्तर पाठविलं नाहीत ते?"

तो म्हणाला, "सर्व पत्रं मिळाली पण पत्रावरची सही नमुन्याप्रमाणं नव्हती म्हणून मी दखल घेतली नाही!"

अशा नियमबद्ध रूक्ष वातावरणात हिरवळही असते हं! एका बँकेत एक सुंदर स्त्री यायची. साहजिकच काउंटरवरच्या मंडळींच्या नजरा तिकडं वळायच्या. हे नेत्रसुख (केवळ!) घेण्यासाठी त्यांनी एक युक्ती काढली. ती सौंदर्यवती आली की काउंटर क्लार्क म्हणायचा 'चेक आले रे'. हा परवलीचा शब्द ऐकला की सारे तिच्याकडे शक्य असेल त्या प्रमाणात पाहायचे. पण हा खेळ तिला एकानं जाऊन सांगितला. ती म्हणाली, "ते माझ्याकडे बघतात काय, बघतेच त्यांच्याकडे!"

पुढच्या वेळी ती बँकेत आल्यावर जेव्हा तिनं ‘चेक आले रे’ ही आरोळी ऐकली तसं ती त्याच्या पुढ्यात गेली. आपलं मंगळसूत्र दाखवत म्हणाली, “अकाउंट पेयी आहे बरं का, दुसऱ्याच्या खात्यात अजिबात चालायचा नाही!”

अशा खुसखुशीत किश्श्यानं खुललेल्या कथांचा हा संग्रह वाचताना आपण खुदुखुदु ते खो खो हसाल!

‘खुमासदार अत्रे’, ‘पुणं एक साठवण’, ‘सभेत कसे बोलावे’, ‘मुक्काम पोस्ट सोलापूर’, ‘आनंदाचं पासबुक’ अशा दर्जेदार पुस्तकांचे लेखक श्याम भुर्के यांनी ‘बँक ऑफ महाराष्ट्र’मध्ये अडतीस वर्षे नोकरी केली. अनेक प्रसंग अनुभवले. त्यामुळं अनेक कथांना बँकेची पार्श्वभूमी आहे. प्रथम हे पुस्तक ‘बँकेत शेखर सुमन’ या नावानं ‘सन पब्लिशिंग’ यांनी प्रकाशित केलं. त्यात वाढ करून ते ‘गोष्टींचं एटीएम’ या नावानं ‘मेहता पब्लिशिंग हाऊस’ प्रकाशित करत आहे.

एटीएमची मजेशीर व्याख्या सांगताना माझा मित्र म्हणाला, ‘असतील तर मिळतील’. या कथासंग्रहरूपी एटीएममधून हास्य हमखास खुलेल.

- प्राचार्य श्याम भुर्के

अनुक्रमणिका

Mehta Publishing House, 1941, Madiwale Colony, Sadashiv Peth, Pune 411030.
✆ +91 020-24476924 / 24460313
Email : info@mehtapublishinghouse.com
production@mehtapublishinghouse.com /
sales@mehtapublishinghouse.com
Website : www.mehtapublishinghouse.com

बँकेतले पगार बंद!

मॉडर्न बँकेतले सारे जण बोनसचं सर्क्युलर यायची वाट बघत होते. टपाल आलं की त्यात हेड ऑफिसचं पाकीट कुठं दिसतंय व त्यात बोनसचं सर्क्युलर आहे का यातच साऱ्यांना इंटरेस्ट होता. पण ते पाकीट फोडल्यावर बहुधा हाउसकिपिंगची 'अमक्याचा पत्ता नीट लिहा व तमक्याचा फोन नंबर अमुक आहे.' असं सांगणारं निर्जीव सर्क्युलर बाहेर पडायचं! पण एक दिवस हेड ऑफिसचं पाकीट फोडलं आणि सगळ्यांना एकदम शॉकच बसला! त्या सर्क्युलरचा मथितार्थ असा होता :

'राष्ट्रपती वटहुकमानुसार बँकेमध्ये आता पगार मिळणार

नाही. त्याऐवजी प्रत्येक स्टाफ मेंबरने किती डिपॉझिट आणले याचा विचार करून कमिशन दिले जाईल!'

हा हा म्हणता ही बातमी सर्वत्र पसरून हाहाकार उडाला!

"लेको, बोनसची वाट बघता बघता आता आपली बोन्स बाहेर दिसायची वेळ आलीय!" एक कॉमेंट.

"बोनस आला की पैसे देतो सांगून मी एक टेपरेकॉर्डर उधारीवर घेतलाय. आता काय माझं रडगाणं टेप करू?" एक चिंताग्रस्त स्वर.

"आता बोनसही नाही आणि पगारही नाही. म्हणजे ओव्हरटाइम तर नाहीच नाही!" आणखी एक प्रतिक्रिया.

"अहो आता प्रतिक्रियेवर कमिशन मिळणार नाही, तर डिपॉझिट क्रियेवर कमिशन मिळणार आहे, तेव्हा खातेदारांशी आता नीट वागा!" एक व्यवहारी मार्ग.

साऱ्यांना खाती मिळवायची ओढ लागली!

इतक्यात शेवडे पेन्शनर हे सेव्हिंग्ज खातेदार तावातावानं बँकेच्या पायऱ्या चढताना दिसले व सेव्हिंग्जचा जोशी त्यांच्याकडे तत्परतेनं गेला व गोड आवाजात म्हणाला, "नमस्कार शेवडेसाहेब!"

शेवड्यांना आश्चर्याचा गोड धक्का बसला! नेहमी जागेवर नसणारा हा क्लार्क आज मला इतक्या आपुलकीनं विचारतोय! आपण नेहमीच्याच बँकेत आलोय ना हे पडताळण्यासाठी त्यांनी पुन्हा एकवार बँकेचा बोर्ड पाहिला! त्यांना गेल्या आठवड्यातील याच काउंटरवरचा संवाद आठवला-

"मला खात्यात पैसे भरायचेत."

"मग? कॅशियरकडे पैसे द्यायचे हे माहीत नाही का तुम्हाला."

"माहिती आहे हो, पण पैसे भरायची स्लीप हवीय."

"स्लीप त्या डेस्कवर असते. इथं का आम्हाला सतावताय?"

"तिथल्या संपल्यात म्हणून मी आपल्याकडे आलो."

"तसं सांगा की. किती चऱ्हाट लावलंय! शिपाई तिथं स्लिपा ठेवेल. तिथंच थांबा!"

"बरं, प्लीज पेन देता का?"

"इथं काय स्टेशनरी दुकान आहे काय?"

या पार्श्वभूमीवर शेवडे चांगलेच भांबावले. कधी नव्हे तो आज जोशी चितळ्यांच्या आंबा बर्फीसारखा गोड गोड बोलत होता.

"पैसे भरायचेत ना. तुम्ही इथं सोफ्यावर बसा- अरे सदू, शेवडेसाहेब थकून आलेत. पाणी आण आधी- मी भरतो स्लीप. तुम्ही किती पैसे भरायचे तेवढं सांगा- काय म्हणाला, पेन? अहो एवढी मोठी बँक आहे. आमच्याकडे पेन नसायला काय झालं? नोटासुद्धा मी जुळवून घेतो!"

बोलता बोलता त्यानं काम केव्हा करून टाकलं हे शेवड्यांना कळलंही नाही! ते म्हणाले, "पासबुक न्यायला केव्हा यावं लागेल?"

"ही रिसीट आणि हे पासबुक! आजचीसुद्धा एंट्री झालीय."

जोशी मध ओतू लागला, "अहो, तुम्ही आहात म्हणून आम्ही आहोत. तुम्हाला बँकेत यायला वेळ नाही मिळाला तर मी पैसे येता येता तुमच्या घरून आणीन. मी तुमच्याजवळच अभ्युदय सोसायटीत राहतो. संध्याकाळी बँकेतून घरी येताना पासबुकही आणत जाईन... आणि हो! आमच्याकडे खूप चांगल्या ठेव योजना आहेत!"

आर.टी.ओ. ऑफिसमध्ये एखाद्याला गोड, आदरयुक्त बोलणं ऐकायला मिळालं तर त्याला किती आनंद होईल? अगदी तसंच शेवड्यांना झालं. या जोशीबद्दल उगीचच इतके दिवस गैरसमज करून घेतला! उगीच नाही ही बँक जाहिरात करीत- आपली जवळीक साधणारी बँक- अशा विचारातच

ते पायऱ्या उतरू लागले तर तेवढ्यात पुन्हा त्या जोशीचे शब्द कानावर आले- "नमस्कार, पुन्हा भेटूच- आणि पायऱ्या जरा बेतानं उतरा हं!"

स्वत:च्या नातवापेक्षाही जोशी आता शेवड्यांना जवळचा वाटू लागला. जोशीचा कलिग बोराटे हा स्टेटमेंटचं काम करीत होता. पण आज त्याची क्रिकेट मॅच असल्यामुळं त्याला ऑफिसवर्क करण्याचं कारणच नव्हतं, शिवाय हेड ऑफिसकडून टेलिग्राम रिमायंडर आलंय असं कोणतंही अर्जंट स्टेटमेंट नव्हतं!

त्याला जोशी म्हणाला, "बेस्ट लक- आज सेंच्युरी मार अन् झकास भाव खा!"

"ते खरंय रे, पण घरी काय खाऊ? लेका, आता क्रिकेट खेळून काय सव्वीस तारखेला आपोआप पगार जमा होणार नाही! तेव्हा आधी काही खातेदार मिळवतो अन् पोटाची व्यवस्था करतो. आता सकाळ— संध्याकाळीही फिरलं पाहिजे. अरे सदू, पंचवीस अकाउन्ट ओपनिंग फॉर्म्स दे. आज आमच्या क्रिकेट बोर्डाचा तरी अकाउन्ट आणलाच पाहिजे. नाही तर सव्वीस तारखेला बायको माझा क्लिन बोल्ड करेल."

सदू अकाउन्ट ओपनिंग फॉर्म्स देतोय बघून जाधवसाहेबांनी ऑर्डर सोडली, "अरे मलाही पन्नास फॉर्म्स दे." व त्यांनी नवनीत शेठना अगत्यानं बोलावून चेअर ऑफर केली, "अहो तुमच्या कॅशक्रेडिटची स्टेटमेंट्स ना? आत्ता देतो! काल मी म्हटलं खरं की, अजून पंधरा दिवस तरी अजिबात शक्य नाही. तरीही मी पुन्हा विचार केला- अहो तुम्ही बँकेच्या पहिल्या दिवशीच्या खातेदारांपैकी एक! तुम्हाला वेळ लावून कसा चालेल? ही घ्या, झालीत स्टेटमेंट्स. अहो, त्याला काय वेळ लागतो. असल्या किरकोळ कामाला आपल्यासारख्यांना पुन्हा यायला लावायचं म्हणजे काय!

मला तरी हे अजिबात पटत नाही. बरं शेटजी, एक रिक्वेस्ट आहे. आज पुष्य नक्षत्र आहे. तुमच्या पाचही मुलांच्या नावांनी कॅश सर्टिफिकेट्स घेऊन टाका आणि आजच हं! चांगल्या कामाला कधी वेळ करू नये. शिवाय ही फारच फायदेशीर आहेत!!''

अकाउन्टंट जाधवांचा खातेदारांबद्दलचा इतका जिव्हाळा पाहून शेठना आपल्या कापड दुकानातील कस्टमर सर्व्हिस फिकी वाटू लागली, ती सुधारली पाहिजे असं वाटू लागलं!

सदू सर्वांना अकाउन्ट ओपनिंग फॉर्म्स देत होता. त्याच्या डोक्यात एकदम क्लिक झालं- 'सर्वांना फॉर्म देऊन ते कमिशन मिळवतील. मला कमिशन मिळवायचं असेल तर आपणही सुरुवात करायला हवी.' त्यानेही आपल्या बॅगमध्ये थोडे फॉर्म्स टाकले व काही फॉर्म्स रिझर्व्ह म्हणून कपाटात बाजूला लपवून ठेवले. तो ट्रेझरीत बिल आणायला गेला तर तिथं लॉटरीचं तिकीट लागलेला एक जण दहा हजार रुपयांचं चलन भरणार होता. लगेच सदूनं त्याला जरा बाजूला बोलावलं. प्रथम चहा पाजला व तो पटवू लागला, ''साहेब, (वास्तविक बक्षीस लागलेली व्यक्ती फार गरीब होती. तरीही तो साहेब म्हणत होता), इथं ट्रेझरीत फार वेळ लागेल. आमच्या बँकेत तुम्हाला याचे लवकर पैसे मिळतील आणि सात वर्षांत रक्कम दुप्पट होईल. अन् होईल म्हणजे बाता नाही, आजच दामदुपटीची पावती तुम्हाला मिळेल!'' सदूच्या कमिशन खात्याचा श्रीगणेशा झाला.

केबिनमध्ये एजंटसाहेब नेहमी टाइम्स वाचायचे व कंटाळा आला की, त्यावर पेपरवेट फिरवायचे. कोणी आलाच तर अमुक टेबलला जा सांगायचे. पण आज त्यांनी पेपरला हातही लावला नव्हता. ते सारखे खातेदाराची स्लीप भर, त्याला अकाउन्ट ओपनिंग फॉर्म भरून दे याच उद्योगात होते.

स्वामी योगकुमार यांनी एक अध्यात्म संस्था काढली होती. त्यांनाही आज त्यांनी खाते उघडायला सांगितलं. वास्तविक स्वामीजी म्हणत होते, "अहो, आम्हाला पैसा अपुरा आहे." तरीही त्यांना एजंटसाहेबांनी दासबोधातील समर्थ रामदासांचा पुढील श्लोक ऐकवला :

'मिळविती तितुके भक्षिती
ते कठीण काळी मरोन जाती
दीर्घ सूचनेने वर्तीती
तेची भले.'

आता समर्थांची शिकवण पाळण्यासाठी स्वामीजींना खातं उघडावंच लागलं!

तितक्यात मिसेस कुरकुटे साहेबांना म्हणू लागल्या, "साहेब, माझी प्रिव्हिलेज लीव्ह रद्द करायचीय. मी इथं नसेन तर मला खाती कशी मिळणार? गेल्या पगारात दोन साड्या घेतल्या. आता पैसे जमवायला हवेत." अशा प्रकारची विनंती येण्याची ही पहिलीच वेळ होती. नेहमी 'मग बघू' किंवा 'डिव्हिजनल मॅनेजरला विचारावं लागेल' असे म्हणणाऱ्या साहेबांनी आज आनंदानं परवानगी दिली.

दुपारच्या सुट्टीत सर्व स्टाफ मेंबर्स आजूबाजूच्या दुकानात डिपॉझिट मोबिलायझेशनसाठी फिरत होते. बँकेच्या दारातच संभाव्य गिऱ्हाइकाचे स्वागत होताना कापड व्यापारी जसे 'या या' म्हणत, त्याची आठवण होत होती. एक खातेदार म्हणाला, "बँकेची वेळ तीनपर्यंत आहे. आता वाजलेत चार. तेव्हा मी उद्या येतो." पण त्यालाही— "अहो, तुम्हाला आम्ही परत कसे पाठविणार?" असं म्हणत पैसे घेतले गेलेच! सौजन्य सप्ताह हा लोकांना माहिती होता. पण

सदाफुलीसारखी आजन्म सौजन्य योजना खातेदारांना फारच आल्हाददायक वाटत होती. तत्पर सेवा मिळू लागली, पासबुक सुवाच्य अक्षरात त्वरित उपलब्ध होऊ लागलं. माणसं तर आपुलकीनं ओथंबत होती.

प्लॅनिंग ऑफिसर आज प्रथमच काउंटर क्लार्कशी बोलत होते, ''मला आपल्या सर्व डिपॉझिट स्किम्स समजावून सांगा.'' आता त्यांनीही नुसतं बजेट न करता कृती करायचं ठरवलं होतं. टेक्निकल ऑफिसर पिलाई कमिटीप्रमाणे लिव्ह कन्सेशन किती वेळा मिळेल याची चर्चा अर्धवटच सोडून खाती मिळवायला गेले. एका केसच्या जास्त फायली न करता, कमी तारखेत केस निकालात काढून डिपॉझिट आणण्यासाठी कार्यरत राहणं हाच आता एकमेव तरणोपाय आहे हे लॉ ऑफिसरला समजलं. टी.ए. बिलात जास्त वेळ न घालवता ॲग्रिकल्चर ऑफिसर सकाळ-संध्याकाळ डिपॉझिटसाठी फिरू लागला.

डिव्हिजनल ऑफिसमधील मिस्टर पावशे व ब्रँचमधील मिस टोणपे यांचं प्रेमप्रकरण हे ओपन सिक्रेट होतं. ती दोघं रोज बागेत फिरायला जात. ती त्याला 'कॅश सर्टिफिकेट' म्हणे तर तो तिला 'धनवर्धिनी' म्हणे. बँकेच्या वेळात त्यांना निवांत भेटावं वाटलं तर ते लॉकर उघडायला स्ट्राँग रूममध्ये जात अशी वदंता होती. आज पावशानं तिला कुठं भेटायचं विचारलं तेव्हा ती म्हणाली, ''तुम्ही डिव्हिजनल ऑफिसमध्ये असता. तुम्हाला फारशी खाती मिळायची शक्यता नाही. तेव्हा आता तुम्ही माझ्याबरोबर बागेत न फिरता आधी खातेदारांना गाठायला फिरा व या महिन्याचं तुमचं कमिशन बघूनच मी तुमच्याबद्दलचा पुढील विचार करीन.''

यावर पावशानं सव्वाशेर ठेवत सांगितलं-

''आता मलाही जिला महिन्याला पगार मिळेल असं

स्थळ हवं आहे. निदान दोघांपैकी एकाचा तरी पगार नियमित हवा.''

पाहा काय हे क्रूर सर्क्युलर! उलटा कार्बन पडल्यामुळं बाद झालेलं लेटर चोळामोळा करून बास्केटमध्ये टाकलं जावं, तसा यांच्या या उदात्त प्रेमाचा, या महाभयंकर सर्क्युलरनं अगदी चोळामोळा करून लव्ह अकाउन्ट बंद केला होता.

तिकडं युनियन लीडर कुणाला तरी सांगत होता, ''तुमचं वर्क डिस्ट्रिब्युशन प्रॉब्लेम मग बघू, आधी मला माझी काही अकाउन्ट्स आणली पाहिजेत.''

ट्रेनिंग सेंटरमध्ये नेहमी 'यू शूड डू धीस' आणि 'यू शूड नॉट डू धीस' असे सांगणारे इन्स्ट्रक्टर्सही नव्या सर्क्युलरनं हबकले होते. कारण या सर्क्युलरबद्दल त्यांना फक्त इतरांना सांगून भागणार नव्हतं. 'न धरी शस्त्र जरी, गोष्टी सांगेन युक्तीच्या चार' हा युक्तिवाद त्यांना पगाराच्या दिवशी उपयोगी पडणारा नव्हता. त्यांच्या एकदम लक्षात आलं- आपणही इन्स्ट्रक्टर आहोत. आपण काहीच खाती आणली नाहीत. शाखेमध्ये सव्वीस तारखेला सेव्हिंग्ज क्लार्क आपली विथड्रॉवल स्लीप परत करतोय. त्याला कारण विचारलं तर तो म्हणतोय, ''रिफर टू ड्रॉवर!'' आता मीच ड्रॉवर होतो. माझा मीच विचार करायचा हाच मथितार्थ होता. 'तूच तुझ्या जीवनाचा शिल्पकार' याचा मला अर्थ समजला होता. मला घाम फुटला होता. भान न राहून मी एकदम किंचाळलोच.

तेवढ्यात सौ. घाबरून उठली व म्हणाली, ''काय हो- ओरडलात का? काही विचित्र स्वप्न पडलं का?''

मी हे सारं स्वप्नात पाहिलं तर! जागा झाल्यावरही मला खरंच ते सर्क्युलर आलेलं नाही ना याची खात्री पटेना. मी धावत ब्रँचला गेलो. सेव्हिंग्ज काउंटरचा जोशी जाग्यावर नव्हता. तो बाजूलाच खातेदारांच्या अंगावर ओरडत होता.

बोराटे मॅचला गेला होता. अकाउन्टंट 'स्टेटमेंटला पंधरा दिवस तरी लागतील' हे ध्रुवपद म्हणत होते. सदूला साहेबांची बेल ऐकू येत नव्हती. मिसेस कुरकुटेंचा लिव्ह सँक्शन करण्याचा अर्ज आला होता. मिस्टर पावशे व मिस टोणपे लॉकरकडं चालले होते. युनियन लीडर प्रॉब्लेम सॉल्व्ह करण्यात गुंग होता. शेवडे पेन्शनर कंटाळून उभे होते. केबिनमध्ये साहेब टाइम्सवर पेपरवेट फिरवत होते. आता मी इन्स्ट्रक्टर या नात्यानं सर्वांना 'यू शूड डू धीस' आणि 'यू शूड नॉट डू धीस' सांगायला मोकळा होतो.

नक्की ते स्वप्न होतं तर. माझा जीव भांड्यात पडला. शेवडे पेन्शनरकडं कोणीच पाहत नव्हतं. कंटाळून ते बोर्ड वाचीत उभे होते-

'A customer is most important visitor on our premises.

He is not dependent on us.

We are dependent on him.

He is not an interruption to our work.

He is not an outsider to our business.'

- Mahatma Gandhi.

■

गृहिणींना हक्काची सुट्टी

"अहो एकदाचा झाला बरं का कायदा!"

"कोणता?"

"ओळखा पाहू!"

"इतक्या खुशीत सांगतेस म्हणजे गृहिणींना मिळणाऱ्या सुट्टीचाच असणार."

"अगदी बरोबर ओळखलंत! आता गृहिणींना, मग ती नोकरी करीत असो वा नसो, आठवड्यातून एक दिवस तरी घरकामातून सुट्टी मिळणार. त्या दिवशी घरातली सर्व कामं राजमान्य राजश्री स्वत: जातीनं पाहतील! मी मस्त आराम

करणार. सकाळी सावकाश उठणार. पेपर वाचत बसणार, मधून मधून तुम्ही केलेल्या चहाचे घुटके घेणार!''

''बरं राणीसाहेबा. आता कायदा झालाच आहे म्हटल्यावर नाइलाज आहे आणि नाइलाजावर एकच इलाज असतो, तो म्हणजे नाइलाजच. पण या कायद्याची अंमलबजावणी आपण शक्य तितकी पुढं ढकलू या. मधल्या काळात कोणी या कायद्यावर स्टे आणतोय का पाहू या. बरं, सुट्टीचा वार कोणता असावा हे काही कायद्यात सांगितलेलं नाही. आठवड्यातून एक सुट्टी द्यायची हे मात्र नक्की. आता ही कायदेशीर बाब असल्यानं ती पुरी करायचीच असं सांगून आमच्या बँकेत एक जादा सुट्टी देतात का पाहतो. त्यासाठी आपण बँकेची रविवारची सुट्टी सोडून तुला वेगळ्या वाराची सुट्टी मिळवू.''

बायकांना घरकामातून एक दिवसाची साप्ताहिक सुट्टी हा सर्वत्र चर्चेचा विषय झाला होता. पण आता नुसती चर्चा नव्हती, तर कायद्याची अंमलबजावणी सुरू झाली होती.

सुट्टीचा आदला दिवस, शनिवार आला. रविवारी आपले 'हे' सगळी कामं नीट करतील याची सौ.ला खात्री वाटत नव्हती. रविवारी निदान मुलांचे तरी हाल होऊ नयेत म्हणून जास्तीत जास्त कामं शनिवारीच करून टाकायचं तिनं ठरवलं! गहू दळून आणले. तांदूळ निवडून ठेवले. दारावर भाजी घेतली. निवडली. चिरून ठेवली. पहिल्याच सुट्टीच्या दिवशी 'गंगा यमुना डोळ्यात उभ्या का' असा प्रश्न पडायला नको म्हणून कांदाही चिरून ठेवला. नागपंचमीला काही चिरायचे नसते म्हणून आदले दिवशी भाजी चिरतात तसे हे सारे झाले. पीठ चाळून घेऊन त्यात तेल आणि चवीपुरतं मीठ घालून कणीकही मळून ठेवली. दुधावरची साय काढून दह्याचं विरजण लावलं. फ्रीज साफ करून ठेवला. कपड्यांना इस्त्री केली. बाकीच्या कपड्यांच्या घड्या घातल्या. एक ना दोन...

इतकी कामं केली की नेहमीच्या शनिवारपेक्षा सौ. ला दुप्पट काम पडलं. रात्रीची टीव्हीवरची सिरिअल चुकली. रात्री उशिरापर्यंत तिला कामच काम करत राहावं लागलं!

रविवारच्या पहाटे दारावरची बेल वाजली.

"अहो दूध घेताय ना?" आज तिची हक्काची सुट्टी असल्यानं ती मला सांगू लागली.

"अगं तू झोप. ती शेजारच्या कुलकर्ण्यांची बेल असेल." असं म्हणून मी निवांत झोपी गेलो. नुसता झोपी गेलो असं नाही, तर घोरूही लागलो. आता मी घोरत होतो हे मला कसं कळणार? एक तर तसं स्वप्नात पाहायला हवं आणि दुसरं म्हणजे... काय कारण असणार? सौ.नं नंतर सांगितलं; म्हणजेच कानउघाडणी केली. इंग्रजीमध्ये एक म्हण आहे- Those who snore, go asleep first! या म्हणीची प्रचिती इथं मला आली होती. मी घोरत होतो त्यामुळं ती जागी होती. दूध दाराबाहेर आहे या कल्पनेनं ती चांगलीच बेचैन झाली होती.

एकंदरीत दूध हा बायकांचा वीक पॉईंटच. एकदा तर एका बाईनं मुंबईहून एस. टी. डी. वर पुण्याला नवऱ्याला सांगितलं की, 'दूध तापवताना जवळ उभं राहत जा. दूध उतू जाणार नाही याची काळजी घ्या. दुधावरची साय विरजणात टाका!' सौं.चा मुंबईहून फोन आला म्हणजे चार प्रेमाचे शब्द बोलेल म्हणून केवढ्या उत्साहानं त्यानं फोन उचलला होता. पण साऱ्या उत्साहावर विरजण पडलं! पण या प्रसंगापासून त्या सोसायटीत 'चार आणेकी मुर्गी और बारह आणेका मसाला' ही म्हण जाऊन 'दहा रुपयाचं दूध आणि तीस रुपयांचा एस.टी.डी.' अशी नवी म्हण प्रचारात आली!

जो दुसऱ्यावरी विसंबला त्याचा कार्यभाग संपला हे लक्षात घेऊन सौ.नं स्वतःच उठून दुधाची पिशवी घरात

घेतली. आता पुन्हा झोपायला जाण्यात तिला स्वारस्य नव्हतं. पाणी तर भरायला पाहिजे होतं. हे उठून पाणी भरतील म्हणून वाट पाहावी आणि पाणीच गेलं तर पुरती वाट लागायची या विचारानंच तिच्या तोंडचं पाणी पळालं. पिंपात पाणी तर सोडू या म्हणून तिनं नळ सुरू केला. नळाचं पाणी सुरू होतानाची घरघर आणि पतिराजांचं घोरणं या दोन आवाजात बरंच साम्य होतं! पुन्हा दारावरची बेल वाजली. हिनं पुन्हा मला उठवण्याचा प्रयत्न केला. पण मी आपलं, 'अगं ती कुलकर्ण्यांकडील बेल असेल. तू झोप' हेच पालुपद गायलं. तेव्हा हिनंच दार उघडून दाराला लावलेला पेपर आत घेतला. त्यावरचा ठळक मथळा- 'आजपासून गृहिणींची सुट्टी सुरू' हा वाचला. पण पाणी भरलंय ना हे पाहायचं असल्यानं तिला पेपर काही वाचता आला नाही. रोज तिला पेपर वाचायला मिळायचा तो घरातल्या साऱ्यांनी हाताळून झाल्यावर चुरगाळलेला, पानं पुढं-मागं झालेला. त्यातली महत्त्वाची बातमी वाचताना उत्कंठा वाढविणारा भाग आला की 'पान नऊवर पाहा' अशी सूचना येते. आता ते पान नऊही आठनंतर मिळणार नव्हतंच. नव्या कोऱ्या पेपरलाही एक ताजा वास असतो. तसा पेपर हाती घेऊन वाचण्याची संधी तिला आली होती. पण आजतरी ती हुकली होती.

माझ्यासारखा चहा कोणाला जमत नाही अशी माझी गोड समजूत असल्यानं उठल्याबरोबर मी चहा करायला सरसावलो. तरीही ही एखाद्या सासूसारखी चहाची पावडर किती टाकायची, साखर किती घालायची, दूध केव्हा घालायचं हे सांगू लागली. सासू म्हणजे सारख्या सूचना आणि सून म्हणजे सूचना नको असं कोणीतरी म्हटल्याचं मनात येऊन गेलं. प्रत्येक डबा बाहेर काढल्यावर पुन्हा त्याच जागी जात नसल्यानं ती अस्वस्थ होत होती. तिनं सांगितल्यावर डबा

जागी ठेवला तर त्यावरचं लेबल पुढं मागं होत होतं. आज ब्रेडटोस्ट करण्याचा मी आळस केला आणि चहाबरोबर बिस्किटंच ठेवली.

"बिस्किटं चांगली झालीत हं." चेष्टेनं ती म्हणाली.

"चहा कसा झालाय हे सांगायला नको म्हणून हा बिस्किटाचा बिनधोक मार्ग शोधून काढला वाटतं! बिस्किटंही तूच आणली होतीस तेव्हा ती चांगलीच झाली असणार!"

थोड्याच वेळात कामवाली बाई आली. ती बाथरूममध्ये काम करण्यासाठी गेली. मी तिला सूचना देण्यासाठी तिथं गेलो. आजची सुट्टी उपभोगायची म्हणून ही दिवाणखान्यात बसून टीव्ही पाहण्याचे मनोराज्य रचत होती. परंतु आता घरात कामवाली बाई आली असून हे तिला नको तितकी मदत करताहेत हे पाहून तिचा तीळपापड झाला. तरातरा येऊन ती म्हणाली, "तुम्ही आधी बाथरूममधून बाहेर या बरं!"

यावर मी ठणकावलं, "तू आमच्या कामात लुडबुड करू नकोस. मी तिच्याकडून सारं काम नीट करून घेतो."

अखेरीस तिनं मला बाहेर काढलं आणि बाईकडून स्वतःच सारी कामं करवून घेतली. बाई जाताच, नाष्ट्यासाठी काय करायचं असा विचार चालू असतानाच दारावरची बेल वाजली. तिनं आयग्लासमधून पाहिलं. कोणी पाहुणेमंडळी वाटत होती. दार उघडण्यापूर्वी चेहरा त्रासिक वाटत होता पण उघडताना स्मितहास्य करीत तिनं कोण हवं हे विचारलं.

"नमस्कार, जोशी आहेत का? आम्ही देशपांडे. तुमच्या मुलीचं लग्नाचं स्थळ म्हणून माहिती घ्यायला आलो होतो."

"या. या नं आत. बसा. पाठवते हं मी मिस्टरांना." मुलीला अपेक्षित स्थळ सांगून आलंय म्हटल्यावर हिचा आनंद गगनात मावेना. तिनं स्वयंपाकघरात एंट्री घेतली आणि म्हणाली,

“तुम्ही चांगले कपडे घालून बाहेर जा. पाहुण्यांच्या पुढं फजिती नको. मीच साजूक तुपातला शिरा आणि पोहे करते!”

नाष्टा करायचं माझ्यावरचं संकट आजतरी टळलं होतं. ‘पाहुणे येती घरा तोचि दिवाळी दसरा’ असं मला तरी वाटत होतं.

गृहिणींना साप्ताहिक सुट्टी याचा परिणाम कसा काय झालाय हे जाणून घेण्याची उत्सुकता शेजारच्या कुलकर्णी वहिनींच्या बाबतीत शिगेला पोहोचली होती. ‘घरोघरी मातीच्या चुली’ या म्हणीप्रमाणे ‘घरोघरी नवऱ्याची धांदल’ अशी म्हण प्रचलित होण्याची शक्यता होती. त्यांच्याकडेही हाच प्रकार होता. ही जाणीव असूनही ‘आपल्या महिला मंडळाच्या भिशीची नोटीस तुमच्याकडे आली का’ असं विचारण्याचं निमित्त करून त्या घरी आल्याच.

“आज नळाचं पाणी टाकीत वर चढलं का हो, वहिनी?”

उत्तराकडे फारसं लक्ष न देता त्या घरात सभोवार पाहू लागल्या. मी काम करतोय का, स्वयंपाकघरात भांड्यांचे आवाज येताहेत का हे सारं जाणण्यासाठी नाक, कान आणि डोळे या अवयवांची त्यांनी एकाग्रता वाढवली.

एवढ्यात काही तरी करपल्याचा वास आला.

“तुमच्या स्वयंपाकघरात काही करपलंय वाटतं.”

“आमच्या नाही. शेजारून तुमच्याच घरात काही तरी जळाल्याचा वास येतोय.” ही म्हणाली.

“अगंबाई खरंच की!” असं म्हणून शेजारच्या वहिनी जायला उठल्या. तर तत्परतेनं मी कुंकवाची कोयरी घेऊन त्यांच्यापुढं उभा!

सौ. डोळे विस्फारून पाहायला लागली. हे असं काय करताहेत हे कळण्याच्या आतच मी खुलासा केला, “आज

तुझी सगळी कामं मी करणार आहे ना? मग मला ती नीटपणे करू देत. तू मध्ये मध्ये करू नकोस!''

तिनं खसकन माझ्या हातातली कोयरी काढून घेतली आणि म्हणाली, "हे जरा चावटच आहेत हं!''

"असू दे. असू दे.'' असं म्हणत वहिनी आपल्या घरात काय जळतंय ते पाहायला गेल्या.

दुपारच्या जेवणाला काय करायचं यावर विचारमंथन सुरू झालं. थोड्या वेळापूर्वी हिनं केलेला शिरा आणि उपीट शिल्लक होतंच. मी एस. एस. वायचा व्यक्तिमत्त्व विकासाचा कोर्स केलेला असल्यानं रॉ फूडचं महत्त्व मला चांगलंच समजलं होतं. त्याचा आता उपयोग करून घ्यायचं ठरविलं. काल रात्री सौ.नं चिरून ठेवलेला कोबी होताच. काकडी आणि टोमॅटो चिरून त्यात भर घातली. ब्रेडच्या स्लाईसला सॉस लावून त्यात ती कच्ची भाजी भरून सँडविचेस केली. 'अगं हा बघ 'फास्ट फूड'- नवीन पदार्थ' म्हणून सौ.ला दिला.

"फास्ट का फास्टिंग फूड? उपाशी राहण्याची ही लक्षणं आहेत झालं! आणि हे काय? बशीत ते घालून बाहेर कुठं चाललात?''

"शेजारी वहिनींना चवीसाठी देऊन येतो.''

"पुरे झाला फाजीलपणा. त्यांच्याकडे असलं काही द्यायला नको. 'झाकली मूठ सव्वा लाखाची' राहू दे.''

सँडविच खाऊन पोटं भरतं. पण नंतर लगेचच भूक लागते. भेळ, भडंग, पाणीपुरी हे सगळे या रांगेतलेच प्रकार म्हणूनच याला चावट खाणं म्हणतात. दुपारभर चिवडा, चकली असला चावटपणाच चालला होता!

रात्रीच्या जेवणाची मला काळजी नव्हती. दामल्यांनी सर्वांनाच त्यांच्याकडे जेवायला बोलावलं होतं. पण ही खुशीही

अल्पकाळच टिकली. त्यांचा संध्याकाळी फोन आला, ‘‘आज आमच्याकडे खूप पाहुणे आलेत तेव्हा आपल्याला मोकळेपणानं गप्पा मारायला मिळायच्या नाहीत. आज कृपया आपण जेवायला येऊ नका. रागावू नका हं. लवकरच पुढचा बेत ठरवू.’’

आता पुन्हा मी रॉ फूड करेन या भीतीनं आणि खरं सांगायचं तर मलाही सकाळच्या त्या वरवरच्या खाण्याचा प्रचंड कंटाळा आल्यानं सर्वांनी ‘सागर रेस्टॉरंट’मध्ये जेवायला जायचं ठरवलं.

रात्री ‘सागर’मध्ये पोहोचलो. कुठं बसायचं यावर थोडी चर्चा होऊन एक सुरेख कॉर्नर पकडला. समोर पाहतो तो लांबच्या कोपऱ्यात दामले त्यांच्या कुटुंबीयांसह बसले होते. म्हणजे त्यांच्याकडेही आमच्यासारखाच प्रश्न निर्माण झाला होता तर. घरी पाहुणे आलेत ही केवळ थाप होती.

दामल्यांचंही आमच्याकडं लक्ष गेलं असावं. कारण ते मेनूकार्डच्या मागं चेहरा लपवत होते! जेवून घरी परतलो. दोघंही बेडरूममध्ये पहुडलो होतो.

आज घरकामात सुट्टी मिळाल्याचा हिचा पहिलाच दिवस होता. पण सुट्टीचा आनंद तिच्या चेहऱ्यावर कुठंच दिसत नव्हता. सुट्टी असतानाही घरकाम करावं लागलं याचं तिला वाईट वाटत नव्हतं. पण आपलं स्वयंपाकघर दुसऱ्याच्या हातात देतानाची कुठंतरी बोच होती. सासूबाई कधी घरी आल्या, तर स्वयंपाकघरात त्यांनी फारशी ढवळाढवळ केलेली तिला खपत नसे. त्याचं तर सोडाच, पण खुद्द आई जरी आली तरी स्वयंपाकघरातील वस्तूंना हात लावलेला तिला आवडायचं नाही. माझं म्हणून काही आहे, ते आता गेलं की काय याची तिला धास्ती वाटत होती. स्वयंपाकघर ही माझी सार्वभौम सत्ता आहे. त्यातले असंख्य घटक हे निर्जीव असले

तरी कसे आपले वाटतात. आज ते दुरावले का काय असं तिला वाटत असावं. म्हणूनच ती म्हणाली,

"मी सुट्टीवर असल्यानं खूश आहे असं दाखवत होते. पण मी मनातून अस्वस्थच होते. कायदेशीर पूर्तता म्हणून मी कोणालाही लिहून द्यायला तयार आहे की मला साप्ताहिक सुट्टी मिळते. पण आजची ही सुट्टी ही खऱ्या अर्थानं शेवटचीच सुट्टी. यापुढं मी या सुट्टीला सुट्टी देत आहे. मीच सारं पाहीन. तुम्हाला शक्य असेल तेवढी तुम्ही मदत करा म्हणजे झालं!"

■

वयोवृद्धांची बँक

"नमस्कार मॅनेजरसाहेब, आत येऊ का?" आत येत असतानाच श्री. काळे यांनी जोशीसाहेबांना प्रश्न विचारला.

"या ना, या, बसा." हे पेन्शनर खातेदार भरपूर वेळ खाणार याची कल्पना असतानाही 'आपुलकीची सेवा' या बँकेच्या ब्रीदवाक्याची आठवण झाली म्हणून त्यांनी विनयशील वागणूक दिली.

"थोडं पाणी मिळेल का?"

"हो, देतो हं!" मॅनेजरसाहेबांनी बेल वाजवली. पण शिपाई काही आला नाही. मग त्यांनी उठून जवळच ठेवलेल्या थर्मासमधून पाणी काढून दिलं. आपण बेल मारल्यावर आपणच

उठणं हे आता त्यांच्या अंगवळणी पडलं होतं. पाणी पिऊन झाल्यावर काळे म्हणाले, "मॅनेजरसाहेब, मी काउंटरवर गेलो व माझ्या खात्यातील शिल्लक विचारली. तिथं बसलेले सद्गृहस्थ काय म्हणत होते ते मला ऐकू येत नव्हतं. म्हणून मी त्यांना जोरानं बोला म्हणालो तर ते पुन्हा ओरडून माझीच नक्कल करायला लागले. मला म्हणू लागले, 'तुम्ही जोरानं बोला.' मी म्हटलं, माझं कानाचं मशीन घरी विसरलंय. तर पुन्हा माझी नक्कल करून म्हणतात की, 'माझंही कानाचं मशीन घरीच राहिलंय.' अशी निवृत्तीवेतनधारक खातेदाराची चेष्टा करणं बरं दिसतं का?"

"आता मी काय बोलतोय हे तुम्हाला कळण्यासाठी आधी हे मशीन कानाला लावा." आपल्या टेबलाच्या खणामधून एक श्रवणयंत्र मॅनेजरनी काढून दिलं.

"बँकेत श्रवणयंत्रं कशी काय ठेवलीत?" यंत्र कानाला बसवून काळे खुलाशाची उत्कंठतेनं वाट पाहू लागले.

"त्याचं काय आहे, तुमच्याशी बोलणारे क्लार्कही अठ्ठावन्न वर्षांचे आहेत. त्यांना खरंच कमी ऐकू येतं. ते तुमची चेष्टा करीत नव्हते. उलट त्यांची तुम्ही चेष्टा करताय असा त्यांचा गैरसमज झालाय. त्यांनाही मी आत्ताच एक श्रवणयंत्र लावायला दिलंय. तेही त्यांचं श्रवणयंत्र घरी विसरून आले."

"असं झालं होय! अहो पण काउंटरवर अशी वयस्क माणसं कशाला बसवता?"

"काय करणार? बँकेत कॉम्प्युटर आल्यावर माणसांची गरज कमी लागायला लागली आहे. हाच स्टाफ जास्त वाटू लागला. नवीन नोकरभरती बंद झाली. अहो, गेल्या सात वर्षांत बँकेत नवीन माणूस घेतलेलाच नाही. सगळे वयस्क. त्यामुळं काउंटरवर माणूस बसवायचा असो नाहीतर आतमध्ये, सगळे म्हातारेच! मग त्यात कमी ऐकू येणारे आलेच. त्यातून

ते श्रवणयंत्र विसरले तर कामाची पंचाईत होते. मग ऐन वेळी घोटाळा नको म्हणून मी काही श्रवणयंत्रे माझ्याकडे राखीव ठेवली आहेत! पूर्वी एखाद्याला काम सांगताना आम्ही म्हणायचो, नीट ऐक. समजावून घे. बहिराबिहिरा नाहीस ना? आता तसं म्हणायची सोय नाही. तो कदाचित खरंच बहिरा झालेला असतो.''

''कमाल आहे! या श्रवणयंत्रांची कथा माझ्या कानापर्यंत यापूर्वी कधीच आली नव्हती. त्याबद्दल ऐकावं तेवढं थोडंच आहे.''

''अहो हे काहीच नाही. आता या वयोवृद्ध कर्मचाऱ्यांमुळं खूपच प्रश्न निर्माण झालेत. आजारीपणाच्या रजा इतक्या वाढल्यात की काही विचारू नका. आज घरी गेलेला क्लार्क उद्या कामाला येईल याचा भरवसा नाही... तसं नाही. म्हणजे मला तसं म्हणायचं नाही. उद्या कामाला येईल का म्हणजे आजारपणामुळं त्याला रजेवर राहावं लागेल का हे सांगता येत नाही. त्यामुळं एखादा क्लार्क मी हे काम उद्या करतो म्हणाला तर उद्या तो येईल का नाही याचीच शंका येते.''

''मी तर शाखेत एक फलकच लावलाय— 'जो उद्यावरी विसंबला त्याचा कार्यभाग संपला.' पण आता हे खातेदारांच्याही लक्षात आलंय. परवा एक कर्मचारी एका खातेदाराला 'पासबुक न्यायला उद्या या' असं म्हणाला तर तो खातेदार लगेच म्हणाला, 'सरळ नाही म्हणा की, उद्या तुम्ही सुट्टीवर असणार म्हणून उद्याचा वायदा देताय?''

''बरं झालं सांगितलंत. मी आता माझं काम आजच करून घेतो.'' त्यांनी त्या काउंटरवर जाऊन समोरच्याशी बोलणं केलं. आता दोघांच्याही कानात यंत्र असल्यानं नीट ऐकू आलं. दोघंही एकमेकांची टर उडवत नाहीत याची दोघांना खात्री पटली. मॅनेजरांचं नाव सांगून त्यांनी काम

आजच करून घेतलं. सुहास्य मुद्रेनं ते बँकेबाहेर जाण्यासाठी वळले तर समोरचा फलक दिसला...

'बँकेतील श्रवणयंत्र आपण परत केले आहे ना?'

आता बोर्ड लावला असल्यानं ऐकून न ऐकल्यासारखं करून भागणार नव्हतं. त्यांनी श्रवणयंत्र साभार परत केलं व ते बाहेर पडले.

तेवढ्यात एक सीनिअर स्टाफ मेंबर केबिनमध्ये आले. 'कृतांत कटकामल ध्वज जरा दिसो लागली' अशा स्थितीत ते असल्यानं अलगद पाऊल टाकूनच ते पुढं आले. मॅनेजरनी 'का आलात?' अशी पृच्छा करण्यापूर्वीच त्यांनी 'बसू का?' विचारलं. आता उभं राहून बोलण्याची ताकद असणारे कर्मचारी फारच थोडे होते. बसण्याची परवानगी मागणं हा केवळ उपचार होता. त्यामुळं मॅनेजरांची संमती गृहीत धरून ते बसलेदेखील. स्थानापन्न होताच त्यांनी साहेबांना विनंती केली—

''मला आता वयोमानाप्रमाणे जिना चढणं अवघड जातं. तेव्हा कृपा करून तळमजल्यावरच्या शाखेत मला बदली द्या.''

''अहो सगळे जण तळमजल्यावरच्या शाखा द्या म्हणू लागले आहेत. म्हणजे बँकेनं पहिल्या मजल्यावरच्या जागा काय सोडून द्यायच्या का? जिथं लिफ्टची सोय आहे तेथील स्टाफही नाखूश आहे. का तर म्हणे वीज गेली की लिफ्ट बंद पडते. आठवड्यातून दोन दिवस तरी जिने चढावे लागतात. हा प्रश्न सेंट्रल ऑफिसचा आहे. त्यांनीच एकदा निर्णय घ्यायला हवा. बरं, युनियननं हा प्रश्न तिकडं घेतलाय का?''

''साहेब, कसली युनियन अन् कसल्या मागण्या. तरुणपणी युनियनचं काम जोशात केलं. घोषणा दिल्या. फिरून सह्या घेतल्या. धरणं धरली. आता बँकेत सगळेच वयोवृद्ध. युनियनचं काम करायला या वयात कोण पुढं येतंय? परवाच एक

लीडर भेटला होता. तो म्हणाला, आता ऑफिसला येणं आणि घरी जाणं हेसुद्धा जेमतेम जमतंय. त्यात लष्कराच्या भाकऱ्या भाजणं आता शक्तीपलीकडचं झालंय. शिवाय उतारवयात कशाला भांडाभांडी. सगळ्यांशी जमवून राहावं झालं.''

म्हणजे आता बँकेबरोबरच युनियनलाही उसळत्या रक्ताची चणचण भासत होती तर. उत्साही रक्तगट हा साऱ्या बँकेलाच दुर्मीळ झाला होता.

आपल्या वयस्कर स्टाफसाठी आपण काहीच केलं नाही असं नको म्हणून मॅनेजरनी समजुतीच्या स्वरात सांगितलं, ''हे पहा, जिना चढून जाणं या वयात त्रासाचं आहे याची मला जाणीव आहे. पण तोपर्यंत जरा काठीचा आधार घेत चालत चला. मी आपल्या शाखेत या काठ्या ठेवण्यासाठी एक स्टॅण्ड करून घेतलाय. काही दिवसांपूर्वी काय झालं, दुसऱ्यानं काउंटरजवळ ठेवलेल्या काठीला पाय अडकून एक स्टाफ मेंबर पडले. त्यांच्या पायाला फ्रॅक्चर झालं. बरं व्हायला तीन महिने लागले. त्यांना त्रास झालाच. शिवाय त्यांची सिकलिव्ह आणि हॉस्पिटलायझेशनचं भलं मोठं बिल यामुळं बँकेलाही नुकसान. तेव्हापासून काठ्या सगळ्या त्या एका स्टॅण्डवर लावून ठेवायचं ठरवलं.''

ही कथा ऐकून दुसरा अधिकारी म्हणाला, ''या वयात फक्त चालण्याचा प्रश्न आहे असं नाही, तर दिसण्याचाही आहे. सगळ्यांचे तीन तीन वेळा चश्म्याचे नंबर बदलून झालेत. या शाखेत फक्त दामलेबाई आणि जाधव शिपाई यांनाच चश्मा नाही.''

''नशीब ते दोघे तरी तरुण आहेत.''

''तशातला प्रकार नाही. दामलेबाई कॉन्टॅक्ट लेन्सेस लावतात तर जाधवला जवळजवळ दिसणंच बंद झालंय.

म्हणून ते चश्मा वापरत नाहीत. बाकी कोणी चश्मा विसरला तर कामाची बोंब आणि इतरांशी गप्पा मारत बसल्यानं त्यांच्याही कामात व्यत्यय. यासाठी कोणालाही उपयोगी पडावेत म्हणून वेगवेगळ्या नंबर्सचे काही चश्मेही इथं तयार ठेवलेत.''

''या राखीव चश्म्यांवरून आठवलं, एकदा एका खातेदाराला समोर काय लिहिलंय असं विचारलं. त्याला सांगता येईना. तर साहेबांनी एक एक करून सगळ्या नंबरचे चश्मे त्याला लावून वाचायला सांगितलं तरीही त्याला जमेना. तेव्हा साहेब फारच वैतागले. ते म्हणाले, काय तुमच्या डोळ्यांचा नंबर तरी काय आहे? तेव्हा तो म्हणाला की मला लिहायला अन् वाचायलाच येत नाही तर काय तुमचे चश्मे उपयोगी पडणार? कप्पाळ! त्याच्या या खुलाशानं साहेबांचे डोळे मात्र खाडकन उघडले गेले होते.''

या सगळ्या गप्पा ऐकल्या की लक्षात येतं की वय व गप्पांचं प्रमाण हे वाढत राहतं तर वय आणि काम, म्हणजे बँकेतले काम, हे व्यस्त प्रमाणात राहतं.

''साहेब, दिसायचं कमी झालंय.'' जाधव शिपाई साहेबांकडे येऊन सांगू लागला. ''नोटा जुळवून बंडल बांधायचं काम जमत नाही. मी कॅश अलाउन्स सोडतो. मला कॅशच्या बाहेरचं काम द्या.'' साहेबांना त्याची विनंती मान्य करण्याखेरीज पर्यायच नव्हता. पण आता स्थानिक पत्र पोहोचवणं, पोस्टातून पार्सल आणणं, पोस्टात रोज टपाल नेणं ही फिरण्याची कामंही शिपाई वर्गाला वयोमानाप्रमाणं होत नव्हती. ही कामं कुरियर सर्व्हिस देणाऱ्या एजन्सीला द्यायला परवानगी मागणारं पत्र त्यांनी हेड ऑफिसला पाठविलं होतं. पण कामं तर व्हायला हवीत. फिरणं तर जमत नाही. यासाठी शिपाई बंधूंनी तात्पुरते काही मार्ग शोधून काढले होते. एक जणानं

पोस्टमनला केवळ दिवाळीऐवजी नेहमीच दरमहा पोस्त देऊन टपाल बँकेतच आणून द्यायची व्यवस्था केली होती. टपाल न्यायच्या वेळी निरनिराळ्या पद्धती शोधल्या होत्या. बँकेत आलेल्या खातेदारांकडे गाडी असेल तर त्यालाच जरा लिफ्ट द्या असं सांगून गाडीतून जाऊन तो टपाल देऊन परत येत असे. एकानं तर आपल्या मुलालाच बँकेत नियमितपणानं यायला सांगितलं होतं. तो वडलांसाठी टपाल नेण्या-आणण्याचं काम करीत होता.

सायंकाळच्या वेळी बँकेमध्ये तरुणांचा एवढा मोठा घोळका का जमलाय याची एक खातेदार चौकशी करू लागले. बँकेत जरी सगळी वयस्क मंडळी असली तरी बाहेर खातेदारांना बसण्यासाठी असलेल्या बाकांवर तरुण मंडळी बसलेली हे दृश्य आशावादी होतं. पण ते बँकेचे कर्मचारी नव्हते. वयोमानाप्रमाणे कर्मचाऱ्यांना आता स्वत: वाहन चालवत बँकेत येणं व घरी जाणं नकोसं वाटत होतं. बाहेर गर्दीही किती वाढलीय. त्यातून काहींना दिसणं कमी झालंय तर काहींना ऐकू कमी येतं. कोणाला स्पाँडिलायटिसचा त्रास आहे तर कोणाला हृदयविकाराचा त्रास आहे. त्यामुळं या कर्मचाऱ्यांची मुलं त्यांना घरी नेण्यासाठी येऊन बसलीत. त्यांची कामं संपायची ती वाट पाहताहेत. सकाळी सोडण्यासाठी ही तरुण मंडळी येतात.

बँकेत कर्मचारी उशिरा आला की कारणं साधारणत: काय असतात? तर वाटेत गाडी बंद पडली, रस्ता ब्लॉक झाला होता इत्यादी. यात आता एका नव्या कारणाची भर पडली आहे. ती म्हणजे बँकेत सोडायला घरी मुलगाच वेळेवर आला नाही. एकंदरीत वृद्धत्व हे दुसरे बालपणच आहे याची प्रचिती बँकेतल्या त्या प्रकारानं यायला लागली होती. माँटेसरीतल्या मुलांना शाळेत सोडण्यासाठी व

आणण्यासाठी पालक जातात. इथं पालकत्व मुलांकडे गेलं होतं, एवढाच फरक.

ज्यांच्याकडे सोडायला यायला तरुण मंडळी नव्हती त्यांनी रिक्षावाला लावला होता. तो निघताना दिवसभरासाठी लागणारी सर्व आयुधं बरोबर घेतलीत का याची आठवण करायचा. टेकायला काठी, थंडीत डोक्याला मफलर, कानाला लावायचं मशीन, चश्मा, स्पाँडेलायटिसचा त्रास जाणवू नये म्हणून मानेला लावायची कॉलर. गुडघेदुखीपासून थोडा आराम म्हणून नी कॅप, उकळून गार केलेल्या पाण्याची बाटली, औषधं, टॉनिकच्या बाटल्या, जेवणाचा डबा हे सारं रिक्षावाल्याला पाठ झालं होतं.

इतकंच नव्हे, तर एकदा रिक्षा सुरू करताना आरशात त्याला हे बँकेतील कर्मचारी दिसले आणि त्यानं आठवण केली की, 'साहेब, तुमची दाताची कवळी घरात राहिली. जरा थांबा. मी मागून आणतो.' तेवढ्यात दारात त्यांची सौ. आली आणि म्हणाली, 'ही घ्या कवळी. अगदी दातांच्या कण्या पडेपर्यंत मी सारखी सगळ्या गोष्टींची आठवण करीत असते. पण रोज काहीतरी विसरतंच.' सौं.चं हे खडसावणं काही नवीन नसायचं. पण रिक्षात बसलेल्या इतर सहकाऱ्यांदेखत झालेला पाणउतारा पाहून त्याला सौ. चे दात घशात घालावेत असं वाटायचं. पण सर्वांदेखत आणखी शोभा नको म्हणून मुकाट्यानं हाती आलेली कवळी तोंडात बसवायचे व दातखिळी बसल्यासारखे गप्प बसायचे. बँकेत अधिकार गाजवणाऱ्या या महाशयांवर बायकोचा वरचश्मा असलेला पाहून सहकारीही तोंडात मूग धरून बसायचे.

जेवणाच्या डब्यातही आता बदल झाला होता. चावायला सोपे जातील असे पदार्थ असत. पूर्वी मी कशा पैजा लावून खात असे हे अगदी चविष्टपणे रंगवून सांगता सांगता आता

मऊ भात खाणं नशिबी आलं होतं. आता काय खायला आवडतं यापेक्षा काय काय खायचं नाही याचीच यादी मोठी झाली होती. काही दिवसांपूर्वी फडके यांच्या निवृत्तीनिमित्त आयोजित केलेल्या समारंभानंतर अल्पोपाहाराचा कार्यक्रम होता. त्या वेळी खायला काय आणायचं यावर आठवडाभर शाखेत चर्चा चालली होती. कोणी चविष्ट कुरकुरीत बटाटा वेफर्स सुचविले की, बटाटा वातुळ असतो म्हणून दुसरा त्या सूचनेची वाताहत लावायचा. चितळेंची आंबा बर्फी असा प्रस्ताव पुढं येताच मधुमेहींना बर्फीचा मोह असूनही नको म्हणावं लागे. पुरी भाजीला विरोध करताना मैद्याच्या पुऱ्या पचनास कठीण आणि पुन्हा इथं बटाटा आलाच ही कारणं पुढं आली. पावभाजीतला मसाला जळजळीत असल्यानं पित्त वाढवतो असं अगदी पित्त खवळल्यासारखं एकानं प्रतिपादन केलं. चावावी न लागणारी वस्तू चहा बरा अशी बहुमूल्य (अमृततुल्य नव्हे) सूचना पुढं आली. तरी त्यामध्ये साखर नको असं कोणीतरी गोड आवाजात म्हटलंच. त्यावर एकानं सध्या साखरेचे साठे पडून आहेत त्याचं कारण सांगताना म्हटलं की ज्यांच्या जवळ खूप पैसा आहे त्याला डॉक्टरांनी साखर खायची नाही असं सांगितलंय आणि ज्यांच्याजवळ पैसा नाही ते साखर विकत घेऊ शकत नाहीत. एकानं खाद्यपदार्थांऐवजी शक्तिवर्धक औषधंच द्यावीत असं प्रिस्क्रिप्शन सुचवलं. सदाशिव पेठेतल्या कर्मचारी बंधूंनी तर एखाद्या उपाहारगृहाची कुपन्स घ्यावीत व त्या कुपन्सवर काही न घेतल्यास त्यानं त्याचे पैसे परत करावेत असं मार्गदर्शन केलं.

पवार हे बँकेच्या क्रिकेट टीमचे एके काळी कॅप्टन होते. त्या काळी बँकेच्या स्टाफमध्ये एक पॉप्युलर फिगर म्हणून त्यांना मान्यता होती. पायाला पॅड बांधून हातात बॅट घेऊन

मैदानात ते उतरू लागले की सारे प्रेक्षक उत्साहात जल्लोश करीत असत. आता मात्र वयोमानाप्रमाणे त्यांना धड चालताही येत नव्हतं. निवृत्तीपूर्वीच्या राहिलेल्या वर्षातले एक एक दिवस ते मोजत होते. आताही त्यांच्या पायाला काही बांधलेलं होतं. पण ते पॅड नसून गुडघेदुखीवर इलाज म्हणून नी कॅप लावल्या होत्या. हातात बॅटच्या ऐवजी आधार म्हणून काठी घेतली होती. मॅच जिंकायला किती अवधी हातात आहे याचा मिनिटा मिनिटांनी हिशेब करणारे ते आता नोकरीचे राहिलेले दिवस मोजत होते.

स्पोर्ट्स क्लबची तर तरुण खेळाडूंच्या अभावानं वाताहात झाली होती. एके काळी बँकेची कबड्डी टीम तर भारतामध्ये प्रसिद्ध होती. त्या वेळी खेळाडू साखळी करून खेळाडूला पकडत होते. आता बँकेसमोरचा रस्ता क्रॉस करताना दुसऱ्याचा हात धरावा लागत होता, तेवढाच साखळीचा संबंध राहिला होता. बँकेची फुटबॉल टीम होती यावर कोणाचा विश्वासच बसत नव्हता. मध्यंतरी टीव्ही वर फुटबॉलची मॅच बघितल्यामुळं स्पोर्ट्स क्लबच्या एका माजी सदस्याची पाठ दुखायला लागली. त्यामुळं त्याला पुढं महिनाभर ट्रॅक्शन लावावं लागलं. आता स्पोर्ट्स क्लबतर्फे कॅरम, बुद्धिबळ, ब्रीज आणि रमीसाठी पत्ते एवढेच खेळ घ्यायचे ठरलं. पण कॅरमसाठी जास्त वेळ बैठक मारता येईल का अशी शंका बहुसंख्य सदस्यांनी व्यक्त केली. वयोमानाप्रमाणं लक्षात राहणंही कठीण होतं म्हणून बुद्धिबळाच्या बाबतही कोणी उत्साह दाखवला नाही. एका सदस्यानं बँकेत सोयीचं पोस्टिंग कसं मिळवायचं या बाबतीत ज्या खेळी चालू असतात तो बुद्धिबळाचाच प्रकार असल्याचं नमूद केलं. राहता राहिला पत्त्यांचा डाव. त्यासाठी बँक स्पेशल लीव्ह देईल का अशी विचारणा एका सदस्यानं केली. बँक सुटल्यावर पत्ते खेळायचे म्हटले तर घरी सोडायला

कोण येणार हाही प्रश्न एकानं विचारला. शेवटी स्पोर्ट्स क्लबतर्फे कोणतेही खेळ न खेळता वर्षातून दोन-तीन कार्यक्रम घ्यायचं ठरलं. त्यातील एक कार्यक्रम होता 'खेळाडू जीवनातील माझ्या आठवणी' या विषयावरील अनुभवकथन करण्याचा. दुसरा कार्यक्रम ठरला तो स्पोर्ट्स संबंधी काही टेप्स व्हिडिओवर पाहण्याचा व तिसरा कार्यक्रम अजून दोन महिन्यांनी जाहीर करू असं ठरलं.

स्पोर्ट्स क्लबच्या नाट्यविभागामध्ये नायकाची भूमिका कोणी करेल असा तरुण नट मिळणं केवळ दुरापास्त झालं होतं. नायिकेच्या कामासाठी तर बँकेत तरुण ललना असतानाही त्या फारशा उत्सुक नव्हत्या तर आता आजीबाई झालेल्या या माजी लावण्यवती कशा तयार होणार? त्यावर एकानं उपाय सुचविला की आपण 'नटसम्राट' नाटक बसवू. त्यात नायक- नायिका या वृद्धच आहेत. म्हणजे फारसा वेगळा अभिनय करावा लागणार नाही. कामं कशी अगदी नॅचरल होतील. त्यावर लगेच दुसरा म्हणाला की त्या नाटाकातले संवाद केवढे लांबलचक आणि भारदस्त आहेत. बँकेत तारणावर कर्ज देताना गहाणखतामध्ये केवढे मोठाले परिच्छेद असतात त्याहीपेक्षा मोठे परिच्छेद त्या नाटकात आहेत. तो गणपतराव बेलवलकर पचवणं म्हणजे पैजेचं धनुष्य उचलणं आहे बरं. बँकेत आम्ही कसं बसं येऊन जातोय आणि तालमीला कसे येणार? शिवाय ते पल्लेदार संवाद कसे पेलणार? इथं नेहमीचं बोलणं काउंटरवरच्या माणसाला ऐकू जाणं मुश्कील झालंय. बँकेनी अगदी खास रजा दिली तरी नाटक बसवणं शक्य नाही. पूर्वी नाही तरी आम्हाला ऐकून घ्यायला लागायचंच की हे नाटकात काम करतात आणि बँकेत कामाचं नाटक करतात. शेवटी असं ठरलं की या वर्षी नाट्य विभागातर्फे सर्वांनी थिएटरवर जाऊन एकत्रित एक नाटक बघायचं.

शिवाय रंगभूमी दिनानिमित्त आपल्याला पूर्वी मिळालेल्या स्मृतिचिन्हांचं प्रदर्शन बँकेच्या सभागृहात भरवायचं.

स्टाफ ट्रेनिंग कॉलेजच्या अभ्यासक्रमामध्ये बँकिंग या विषयाबरोबरच 'आरोग्य साधना', 'बलसंवर्धन' अशा विषयांचा समावेश झाला होता. एकदा तर नावीन्यपूर्ण योजना म्हणून एक दिवसाचं आजी-आजोबा शिबीर आयोजित केलं होतं. त्यात आरोग्य, निसर्गोपचार, तणावमुक्ती, आहार अशा विषयांवर तज्ज्ञांची व्याख्यानं झाली. चर्चेच्या ओघात एका कर्मचाऱ्यानं सुचविलं की बँकेनं पेन्शन योजना लागू केली आहे. आता बँकेनं निवृत्त कर्मचाऱ्यांसाठी एक वृद्धाश्रमही काढावा. कारण आता घरात मुलांशी पटणं अवघड झालंय. स्टाफच्या बॅगेत आता अन्य गोष्टींबरोबर 'दासबोध', 'शनिमहात्म्य' अशी पुस्तकं दिसू लागली. बँकेच्या गृहपत्रिकेतही 'वृद्धांचे प्रश्न', 'निवृत्तीनंतरचे आर्थिक नियोजन', 'गेले ते रम्य दिवस' असे लेख प्रसिद्ध होऊ लागले.

या सगळ्या परिस्थितीत खूश होत्या त्या साहेबांच्या सौभाग्यवती. साहेबांची स्टेनो म्हणजे एक आजीबाई होती. म्हणून घरून त्या बाबतीत लक्ष ठेवण्यासारखं काही नव्हतं. बँकेनंही या वयोमान वाढलेल्या कर्मचाऱ्यांचा फायदाच उचलण्याचं ठरवलं होतं. शाखाधिकारी म्हणाले, 'आम्ही आता दोन जाहिराती वृत्तपत्रात देणार आहोत, पहिली अशी-

आपली आपुलकीची बँक
आपली वाटावी अशी बँक
७५ वर्षांची उज्ज्वल परंपरा
वडीलधारी व सौजन्यपूर्व सेवा
ज्येष्ठ, अनुभवी कर्मचारी हाच आमुचा ठेवा!

आणि दुसरी म्हणजे... दुसरी... पाहा आत्ताच्या आत्ताच विसरलो. आता लक्षातच येईना. मग आठवड्यानंतर सांगतो हं... पाहिलंत? हे असं होतं!'

■

बँकेत मूव्हर्स अॅन्ड शेकर्स

“बँकेच्या रौप्य महोत्सवाचा मुख्य कार्यक्रम झाला की रात्री करमणुकीचा कार्यक्रम ठेवू या.”

“अंताक्षरी कार्यक्रम करू या का?”

“नको. गेल्या वेळेसही तोच कार्यक्रम केला होता.”

“मग संगीतावर आधारित ‘सारेगम’ बसवू या.”

“त्या कार्यक्रमाला चांगले गाणारे लागतात. आपल्या बँकेतले गायक गायला लागले की संत ज्ञानेश्वर रेड्याच्या तोंडून वेद म्हणवून घेत आहेत असं वाटायला लागतं. लोकांना स्वागताच्या वेळी दारावर गुलाबपुष्प देण्याऐवजी एअर इंडियात विमानात बसल्यावर देतात तसा कानात

घालायला कापूस द्यायला लागायचा!''

"हो, गेल्या वर्षी ती सुजाता चिटणीस गात होती तर तिला चार वेळा वन्स मोअर मिळाले. पुन्हा वन्स मोअर मिळाल्यावर सूत्रसंचालन करणाऱ्यानं विचारलं की, इतक्या वेळा गाऊनही तुम्ही वन्स मोअर का देताय? तर एकानं उभं राहून सांगितलं की तिला नीट गाता आल्याशिवाय आम्ही सोडणार नाही!''

"हो हो! बँकेत असूनही बऱ्यापैकी विनोद करतोस की!''

"अरे, एकदा आम्ही कारमधून चाललो होतो. पुढं ट्रक चालला होता. ट्रकच्या मागं लिहिलेलं आम्ही वाचत होतो. सुरेखा, अभिजित, शिल्पा, गंदार अशी मुलांची नावं लिहिली होती. आणि त्या खाली लिहिलं होतं 'आपल्या बँकेच्या सौजन्याने' म्हणजे आपल्या सौजन्यानं त्यांनी ट्रक घेतला का ही मुलं झाली?''

"गुड जोक. तर यावेळी आपण विनोदातला सध्याचा टीव्हीवरचा जो टॉप कार्यक्रम आहे तोच बसवू या. शेखर सुमनचा मूव्हर्स ॲन्ड शेकर्स!''

"गुड आयडिया. पण अगदी डिक्टो म्हणजे तसाच कार्यक्रम व्हायला पाहिजे.''

"कार्यक्रमाला चीफ गेस्ट म्हणून आपण खऱ्या शेखर सुमनला आणायचं. त्याचं खातं आहे आपल्या बँकेत.''

साऱ्यांनीच मान्यता दिल्यानं सर्वत्र कसं उत्साहाचं वातावरण तयार झालं होतं.

मूव्हर्स ॲन्ड शेकर्स कार्यक्रम बसवायला तयारी म्हणून एक मीटिंग बोलावली होती. प्रत्येकालाच या कार्यक्रमात भाग घ्यावा असं वाटत होतं.

"शेखर सुमनची भूमिका कोण करणार?''

“ती आपल्या दुबेला करू देत. त्याचं हिंदी एकदम छान आहे.”

“हिंदी छान असून काय उपयोग? त्याला एक वाक्य हिंदी आणि दुसरं वाक्य इंग्रजी असं बोलता आलं पाहिजे. शिवाय हिंदी वाक्यात जास्तीत जास्त इंग्रजी शब्द आले पाहिजेत. ते काम आपला एस. के. चांगलं करेल.”

बँकेत सात कुलकर्णी असल्यामुळे कोणत्याही कुलकर्णीला फक्त इनीशिअलनंच ओळखायची पद्धत होती.

“होय. शिवाय चांगला सूट त्याच्याकडेच आहे. त्यामुळं त्या भूमिकेला नवीन सूट शिवायचा खर्च वाचेल.” ही शेवटची कल्पना मात्र साऱ्यांनाच पटली आणि या प्रमुख भूमिकेसाठी एस. के. च्या नावावर शिक्कामोर्तब झालं.

“आता वाद्यमंडळ ठरवू या. देशपांडे, तू तबला वाजवायला बैस. तुझ्या घरी तबला आहेच. शिवाय ऑफिसमध्ये टेबलावर तबल्यासारखा ठेका धरतोसच ना.”

“पण मला तबला नीट वाजवायला येत नाही.”

“अरे, तो काय गाण्याच्या मैफलीत तबला वाजवायचा नाही. शेखर सुमनचं वाक्य झालं की सगळ्यांनी हसायचं, त्या वेळी नुसता तबला बडवायचा! तुझा ठेका बरोबर आहे का नाही कोण बघतंय.”

“ठीक आहे. मी होतो तबलजी.”

“जोशा तू व्हायोलीनवर, पवार तू गिटारवर आणि करवंदे तू सिंथेसायझरवर! तुम्हाला कितपत वाजवायला येतंय याला महत्त्व नाही. फक्त हिरोचं वाक्य झालं की तुम्हाला खरोखर विनोद झालाय असं वाटलं पाहिजे आणि अगदी खो खो हसता आलं पाहिजे. मग आपलं हसता हसता साईड बिझिनेस म्हणून ती सारी वाद्यं बडवायची. हसणं आणि वाद्यं यांच्या आवाजावरच कार्यक्रमाला यश आहे.

त्याच्या आवाजातच कार्यक्रम एकदम लाइव्ह वाटला पाहिजे.''

''पण ही वाद्यं कुठं मिळणार?''

''बँकेच्या स्पोर्ट्स क्लबला खरेदी करायचीत असं सांगून स्काय म्युझिकल हाउसमधून ट्रायल म्हणून एक दिवस आणा. नाहीतरी या वाद्यांची आपाल्याला काही प्रॅक्टिस करायची नाहीच. दुसऱ्या दिवशी वाद्यं परत करू.''

''तुझ्या सजेशन्स अगदी प्रॅक्टिकल असतात हं! आता कार्यक्रम हुबेहूब करायचा म्हणजे आता दोनतरी मुलाखती हव्यात. देसाईबाई, तुम्हाला परवा कालिदास संगीत स्पर्धेत बक्षीस मिळालं, नाही? तेव्हा तुमची मुलाखत घेऊ.''

आपल्या बक्षिसाचा उल्लेख झाल्यामुळं देसाईबाई चांगल्याच खुलल्या. पण होकार देण्यापूर्वी त्यांनी एक शंका उपस्थित केली. शंका उपस्थित करणं हा त्यांचा स्वभावाधर्मच. बँकेत साहेबांनी त्यांना काहीही काम सांगितलं की प्रथम त्या शंका उपस्थित करणारच.

''मी मुलाखतीला तयार आहे पण मी कार्यक्रमाला त्या मूव्हर्स शेकर्ससारखे तोकडे कपडे घालून येणार नाही. शिवाय स्टेजवर आल्यावर पुरुषाशी शेक हँड करणार नाही. वाटल्यास कार्यक्रमाच्या नावातला शेकर्स हा शब्द बदला. पाहिजे असेल तर पुरुषांशी जास्त वेळ शेक हँड करा. मी फक्त नमस्कार करणार आणि महत्त्वाचं म्हणजे त्या कार्यक्रमा-तल्यासारखं पुरुषांनी माझ्या गालाला गाल लावलेला मला अजिबात खपायचं नाही. तसा प्रयत्न केलाच तर त्याच्या गालावर माझ्या गालाऐवजी माझा हात बसेल!''

ही अट ऐकल्यावर शेखर सुमनची भूमिका करणाऱ्या एस. के. ला थोडा घामच फुटला. ही भूमिका स्वीकारण्यातला सारा चार्मच संपल्यासारखं त्याला वाटलं. पण नाइलाजानं साऱ्यांनीच या अटी मान्य केल्या.

आता एक मुलाखतकार पुरुष हवा होता.

“जोगळेकर, तू नाटकातून कामं केलीत, तेव्हा तुझी एक मुलाखत या कार्यक्रमात ठेवू.”

“मला अभिनय जमतो पण सभेत किंवा मुलाखतीत बोलता येत नाही.”

“त्याची तू काळजी करू नकोस. तू मूव्हर्स अॅन्ड शेकर्स कार्यक्रम टी.व्ही.वर पाहिला आहेस ना? तुला काही विचारलं की तू थोडं काहीतरी बोल. फक्त हसत हसत बोल. म्हणजे तुला खूप हसू आल्यानं शब्द नीटपणे इतरांना कळणार नाहीत. त्यामुळं उत्तर चूक की बरोबर असा प्रश्नच येणार नाही. तू वाक्य म्हटल्याबरोबर हे ऑर्केस्ट्रावाले जोरात हसतील आणि त्याच वेळी धाडधाड वाद्यं बडवतील. म्हणजे श्रोत्यांना वाटेल तू खूप विनोदीपणे उत्तर दिलंय. थोडक्यात काय लेका, हा कार्यक्रम म्हणजे चार आण्याची कोंबडी आणि बारा आण्याचा मसाला आहे.”

इथं शेखर सुमनची भूमिका करणाऱ्या एस. के. नंही जोगळेकरला धीर देत म्हटलं, “तुला उत्तर आठवेना झालं की तू आणि मी दोघांनीही एकमेकांना टाळी देऊन जोरात हसायचं. मग मी म्हणेन, मी तुझ्या या नाटकाबद्दल प्रश्न विचारलाय पण उत्तर मात्र हवंय ब्रेकनंतर! तेव्हा तुला आठवायला भरपूर वेळ मिळेल! शिवाय देसाई बाईही तिथं मुलाखतीसाठी आधीच आलेल्या असणार. तुझ्या प्रश्नावर त्या बोलल्या तरी चालतंय. फक्त वाक्य झालं की सगळ्यांनी हसायचं. वादकही हसतील आणि वाद्यं बडवतील. आजपर्यंत जगात संगीताला साथ द्यायला वाद्यं होती. नुसतं वाद्यवादन होतं. पण गद्याला वादनाची जोड देण्याचा हा प्रयोग अजोड आहे. तो हास्यास्पदही असल्यामुळं वादक या साऱ्या प्रकारालाच हसत राहतात. तेव्हा तू मुळीच काळजी करू नकोस.”

“चला तर पात्रांची जुळवाजुळव झाली.”

“छे छे! आपलं काय ठरलंय? कार्यक्रम डिक्टो व्हायला पाहिजे. मग कार्यक्रमातला सगळ्यात आकर्षक भागच राहिला!”

“तो कोणता?”

“जाहिराती!”

“पण त्या कशा दाखवणार? कड्यावरून खाली कोण सुंदरी पडणार? तिला वाचायला सिएट टायरची जीप घेऊन कोण येणार आणि हे स्टेजवर दाखवणार कसं?”

“चित्रांच्या स्लाईड दाखवायच्या आणि संवाद तेवढे आपण म्हणायचे. एका जाहिरातीचे संवाद एकाकडे. त्या वेळी त्याच्या चेहऱ्यावर फोकस मारायचा. म्हणजे त्यालाही या कार्यक्रमात भाग घेतल्याचं समाधान मिळेल. आपण स्टेजवर दिसलो म्हणजे झालं.” या सूचनेनं सर्वांनाच आता स्टेजवर यायला मिळणार म्हणून आनंद झाला.

जाहिरातीचा क्रम चुकू नये म्हणून रात्री सगळ्यांनी टीव्हीवर एकत्र मूव्हर्स ॲन्ड शेकर्स पाहिला. थोडीशीच वापरूनही भरपूर परिणाम देणारी व्हीम पावडर, तल्लफ भागविणारी नेसकॅफे, बॉलिवूड बाइट, इमाऽऽमी, आपण सुंदर दिसावं म्हणून वर्षोनुवर्षे स्त्रियांना भुरळ पाडणारं फेअर ॲन्ड लव्हली, उत्साहवर्धक थम्सअप, आपला विस्तार कळावा म्हणून इंटरनॅशनल शब्द वापरून पुढं सिंथॉल जोडलेले, फिलिप्ससाठी मोबाईल, बोरोसॉफ्ट, जेम्स बाँड, बी. पी. एल, क्लोजअप टूथपेस्ट, पॅरी वेअर उर्फ लॅट्रीन, होंडा सिटी, फॅरेक्स, डेटॉल सोप, नया व्हील (साबण, टूथपेस्ट अशी कोणतीही जाहिरात असेल त्याच्या मागे ‘नया’ हे विशेषण लावावंच लागतं!), तरुणपणासाठी च्युईंगगम, नीमा रोज सोप, वाटिका शाम्पू...

“बाप रे! म्हणजे जाहिरातीतच सगळा वेळ जाणार!”

"असं म्हणू नका. आपल्याला कार्यक्रम डिक्टो करायचाय ना? मग असू दे. शिवाय आता प्रत्येक जाहिरातीला एक अनाउन्सर म्हणजे आपल्या सगळ्याच स्टाफला कामं मिळाली. पंचेचाळीस मिनिटांच्या कार्यक्रमात तीस मिनिटं जाहिरातीला गेल्यावर फक्त पंधरा मिनिटाचीच आता तयारी करावी लागणार. कार्यक्रम बसवायचं आपलं काम सोपं होणार!"

"शिवाय कार्यक्रमाला टायटल साँग वाजवायचं. सुरुवातीला मधला ब्रेक देताना, ब्रेकनंतर कार्यक्रम राहील तेरा मिनिटांचाच."

"असली गणितं मांडून तू काय कार्यक्रमाचे तीन तेरा वाजवतोस काय?"

"कोटी चांगली आहे. बरं आपण एक म्हैस आणू या का आपल्या कार्यक्रमात?"

"हो. बिहारमधला लालूचा जोक त्यावर टाकता येईल. शिवाय आपल्या आय.आर.डी.पी. कर्जदारांपैकी एखाद्यानं खरीच म्हैस घेतली असेल तर तीही कार्यक्रमाला दाखवून बँकेचं कार्य आणि स्टॉक व्हेरीफिकेशन दोन्हीही होतील!"

"हो, आणू या. शिवाय म्हैस दाखविण्यामध्ये आणखी पाच मिनिटं जातील. मग कार्यक्रमाची तयारी फक्त आठ मिनिटाचीच करावी लागेल!"

सर्वांत आश्चर्याची गोष्ट म्हणजे एवढ्या बिझी शेड्यूलमधून येण्याचं शेखर सुमननं मान्य केलं. फक्त त्यानं सांगितलं की तो या कार्यक्रमात भाग घेणार नाही. प्रेक्षकांत बसून तो कार्यक्रम पाहणार!

"आपण शेखर सुमनच्या कार्यक्रमाचं नाव घेतलंय. त्यावर तो रागवायचा नाही ना?"

"त्यासाठी आपण त्याच्यासारखीच युक्ती योजू या. तो या सिरीअलच्या वेळी एक सूचना झळकवतो की या मालिकेतील विचार त्याचेच असतील असं नाही. ते केवळ करमणूक

म्हणून पाहावेत.''

तसाच एक बोर्ड तिथं लावण्यात आला.

ठरल्या दिवशी कार्यक्रमाला जाहिरातीनं सुरुवात झाली. जाहिरातीनंतर जाहिराती दिसू लागल्या. टायटल साँग झालं. एस. के. शेखर सुमनच्या भूमिकेत आला. ''मी आपल्या सर्वांचं स्वागत करतो.'' असं म्हणताच जोरदार हशा आणि झांजासह बँड वाजला.

तेवढ्यात बँक मॅनेजरनी एस.के.कडं एक चिठ्ठी पाठविली. ती त्यानं जाहीरपणे वाचली, ''आपल्या बँकेचे माजी डायरेक्टर यांचे निधन झाले आहे. त्यानिमित्त एक मिनिट स्तब्धता पाळू या.'' वाक्याचा अर्थ लक्षात न घेता कोणतंही वाक्य झालं की हसायचं आणि वाद्यं बडवायची एवढंच त्यांनी लक्षात ठेवलं होतं. पुन्हा हास्यकल्लोळ आणि बँड वाजला.

''मी आज श्रेष्ठ कलाकार शेखर सुमन याचं स्वागत करते आहे.'' प्रचंड हास्याचा धबधबा आणि धडाडधड बँड!

''आपल्या बँकेला पंचवीस वर्षे पूर्ण होत आहेत-'' पुन्हा हशा आणि बँडबाजा. त्याची फजिती होतेय असं वाटायला लागल्यावर त्यानं स्वत:ला सावरलं आणि म्हटलं, ''आपण पुन्हा भेटू या. पण ब्रेक के बाद.''

पुन्हा जाहिरातीच जाहिराती. मुलाखतीला आलेल्या देसाई बाईंनी संगीतावर बोलण्याऐवजी मी इथं कुठल्या अटीवर आले- म्हणजे पुरुषाशी शेकहँड करणार नाही, गालाला गाल लावणार नाही- हेच सांगितलं.

प्रचंड जाहिराती, टायटल साँग, ऑर्केस्ट्रा, हास्य यामध्ये या हिरोला वेळच राहिला नाही. कार्यक्रमात प्रचंड हास्यकल्लोळ उमटत होते. पण ते नैसर्गिक नव्हते.

कार्यक्रम संपला. खरा शेखर सुमन स्टेजवर आला. त्याच्या हस्ते कलाकारांचा सत्कार करण्यात आला. तो म्हणाला,

''आज हा कार्यक्रम पाहून माझे डोळे उघडले आहेत. माझ्या पंचेचाळीस मिनिटाच्या कार्यक्रमात प्रत्यक्ष किस्से, घटना, विनोद, माहिती ही पाच मिनिटं तरी असते का अशी आता मलाच शंका यायला लागलीय. तरी माझ्याकडून आतापर्यंत झालेल्या चुकीबद्दल मला द्याल ती शिक्षा भोगायला मी तयार आहे.'' यावरही प्रचंड हशा आणि बँड वाजला!

कार्यक्रमाच्या समारोपात बँकेचे मॅनेजर म्हणाले,

''आमच्या या बँकेच्या कार्यक्रमाला सुप्रसिद्ध अभियनयपटू शेखर सुमन हे स्वत: हजर राहिले यामुळे आम्हाला किती आनंद झालाय हे शब्दानं सांगणं अतिशय अवघड असं काम आहे. (प्रचंड हशा आणि ऑर्केस्ट्राची बडवाबडव.) आपण हसताय, पण हा काही मुव्हर्स ॲन्ड शेकर्स कार्यक्रमाचा भाग नाही (पुन्हा हशा आणि बँड!) आमच्या कार्यक्रमाला शेखर सुमनजी आलेत. (टाळ्या) त्यांना आजचा कार्यक्रम बघून त्यांच्या काही चुका लक्षात आल्याचं त्यांनी म्हटलं हा त्यांच्या मनाचा मोठेपणा आहे. (हशा आणि टाळ्या) त्यांनी त्यांच्या प्रमादाबाबत शिक्षा सुनविण्याची आज्ञा केली आहे. (हशा) हा काय आजकी अदालत कार्यक्रम नाही, तरीही त्यांच्या अग्रहाखातर, अगदी त्यांच्या हट्टासाठीच आम्ही त्यांना पुढील प्रेमळ शिक्षा देत आहोत. (हशा)

कार्यक्रमाच्या मूळ भागापेक्षा कमी वेळ जाहिरातीला द्यावा.

विनोद झाल्यासच श्रोत्यांनी हसावे.

स्त्री कलाकारांना लांबून फक्त नमस्कार करावा.

दाढी वाढलेल्या पुरुषांच्या गालाला गाल लावायला हरकत नाही.

इथं आता श्रोत्यांनी थोडसं हसायला हरकत नाही!''

■

अगत्यशील (?) ग्राहक

घुकणी बुद्रुक शाखेच्या मॅनेजरच्या रजेचा अर्ज आमच्या बँकेच्या रिजनल ऑफिसला येऊन धडकल्यापासून रिजनल ऑफिसमध्ये आम्हा बऱ्याच अधिकाऱ्यांच्या छातीत धडकी भरली होती. त्या भयाण गावात - नव्हे आडगावात आपल्याला तर जावे लागणार नाही ना या चिंतेत प्रत्येक जण होता. 'आमच्या बँकेने या गावात कशासाठी शाखा काढली' असे त्रासिक भावच साऱ्यांच्या चेहऱ्यावर दिसत होते.

"काय पण गावाचं नाव आहे, घुकणी बुद्रुक!" एक कॉमेंट.

"अरे नावात काय आहे?"

"बरंच काही आहे. एखाद्या माणसाचं नाव जरी ऐकलं

तरी नकळत तो माणूस कसा असेल हे डोळ्यापुढं येतं.''

''हो, एकदा सुप्रसिद्ध नट शंकर घाणेकर नाट्यसमीक्षक माधव मनोहरना म्हणाला - तुमचं बरं आहे. नाव कसं माधव मनोहर. सदा सर्वदा मनोहर! नाही तर आम्ही घाणेकर. शंभर वेळा अंघोळ केली तरी घाणेकरच!''

''पण काही वेळा नाव सोनूबाई आणि हाती कथलाचा वाळा असा प्रकार होतो हं.'' आता गप्पांना चांगलाच रंग भरला होता.

''हो, एकदा आमच्या मंगळवार पेठ ब्रँचला शहाणे कॅशियर होता. एक बाई पैसे भरून गेली तर शहाणे म्हणाला, आडनाव गोरे आणि रंग बघा. अगदी संक्रांतीच्या साडीसारखा काळा. गॅरेंटेड पक्का!''

''त्यावर त्याला शेजारचा कॅशियर पोतदार काय म्हणाला आठवतंय ना? तो म्हणाला, असतो कधी कधी असा नावात विरोधाभास. आता तुमचं नाव नाही का शहाणे!'' हास्यकल्लोळानं या विनोदाचं चांगलंच कौतुक झालं होतं.

साहेबांच्या केबिनमधून बेल वाजली. सर्वत्र भयाण शांतता पसरली. आता या घुकणी बुद्रुकच्या काळ्या पाण्याच्या शिक्षेवर कोणाला पाठवतात याकडे साऱ्यांच्या नजरा लागलेल्या.

''एबींना साहेबांनी बोलावलंय.'' शिपायानं निरोप दिला.

नशीब साहेबानं कुलकर्णीला बोलावलंय म्हटलं नाही. कारण ऑफिसमध्ये एकूण पाच कुलकर्णी. त्यापैकी कोणाला बोलावलंय हा प्रश्न पडला असता. फासावर लटकवायला जाणाऱ्या कैद्याप्रमाणं ए. बी. कुलकर्णी केबीनमध्ये गेला. आम्ही निर्दोष सुटलेल्या कैद्याप्रमाणं आनंदात घुकणी बुद्रुक या आडगावाबद्दल गप्पा मारू लागलो.

''ही शाखा सुरू करायला बँक तयारच नव्हती. पण सरपंच आणि गावची पंधरावीस मंडळी पार हेड ऑफिसलाच

गेली आणि त्यांनी चेअरमननाच विचारलं. नवीन शाखा काढताना तुम्हाला किती ठेवी मिळतात? दहा लाख मिळत असतील तर आम्ही पहिल्या दिवशीच पंधरा लाख देतो. झालं, आपली शाखा काढायचं ठरलं.''

''अहो जागासुद्धा ग्रामपंचायतीनंच दिली. जागेवर नवी सेफ नेऊन ठेवली. तेवढ्यात कुणीतरी आम्हाला माहिती दिली की हे दरोडेखोर मंडळींचं गाव आहे. म्हणून इथं कोणी बँक काढत नव्हतं.'' मोकळेपणानं एक एक जण आपलं ज्ञान इतरांना देत होता.

''विकास सहकारी बँकेनं या जिल्ह्यात मोबाईल बँक काढली होती. पण भीतीनं ते त्यांची व्हॅन घुकणी बुद्रुकला पाठवायचे नाहीत.'' अशा भयंकर गावी आपल्याला जावं लागत नसल्याच्या आनंदात कारखानीस म्हणाला.

''शेवटी शाखा उघडण्याचा निर्णय रद्द करून सेफ परत आणायला माणसं गेली तर गावकऱ्यांनी विरोध केला अन् धुमधडाक्यात शाखेचं उद्‌घाटन होऊन पहिल्या दिवशीच बारा लाखांच्या ठेवी जमल्या.''

घुकणी बुद्रुक पुराण चालू असतानाच ए. बी. केबीनबाहेर आला. मुख्य म्हणजे तो हसतमुख होता. त्यामुळं आम्ही पुन्हा काळजीत पडलो व ए. बी. ला जवळजवळ घेरावच घातला.

''साहेबांनी मला आत बोलावून ट्रेनिंगसाठी माझं नाव आलं असल्याचं सांगितलं. सोमवारी मला महाबळेश्वरला जायचंय.''

फासावरचा कैदी हिंदी चित्रपटात जसा अगदी सुटलेला दाखवतात तसाच हा सीन होता. शोले चित्रपटातल्या डाकूनं 'बच गया साला' म्हटल्यावर त्याचे चमचे हसत सुटतात तसं ए. बी. ला घुकणी बुद्रुकला पाठवायला साहेबांनी बोलावलंय

समजून आम्ही हसतमुखानं गप्पा मारत राहिलो. पण अजूनही घुकणी नामक बळीचा बकरा ठरला नव्हताच.

पुन्हा बेल वाजली. बेल कसली, मृत्युघंटाच! सदू शिपाई साहेबांना भेटून बाहेर आला. साहेब कोणाचं नाव जाहीर करणार अशा उत्सुकतेनं सारे जण सदूकडे पाहत होते. साहेबांनी कोणाला बोलावलं हे त्याच्या मुखातून आता बाहेर पडणार होतं.

"जोशी, तुम्हाला बोलावलंय."

अखेर मलाच त्या दरोडेखोराच्या गावाला जावं लागणार तर! घशाला कोरड पडलेली. नाइलाजानं मी केबीनमध्ये प्रवेश केला. ए. सी. असूनही मला घाम फुटला होता.

"जोशी, फक्त पंधरा दिवसांसाठी तुम्हाला घुकणीला जायचंय."

"साहेब, ते गाव महाभयंकर आहे असं ऐकतो." मी

"छे! छे! जोशी, अहो एकदा कधीतरी दरोडा पडला म्हणजे गाव दरोडेखोरांचं होतं काय? असं एकतरी गाव आहे का की जिथं चोरी-दरोडा काही झालंच नाही."

साहेब माझी समजूत काढत होते. त्यामुळं ते गाव भयंकरच असलं पाहिजे याची मला खात्री पटत होती. साहेब पुढं सांगू लागले,

"त्या गावातले लोक तर अगत्यशील आहेत. अहो, या शहरात कोण विचारतं आपल्याला? पण रम्य अशा ग्रामीण भागात सतत लोक आपुलकीनं आपल्याकडं येत असतात."

आता घुकणीच्या अगत्याचा पाहुणचार घेण्याखेरीज गत्यंतर नाही हे ओळखून मी केबीनच्या बाहेर आलो.

वरवर काळजी दाखविणाऱ्या साऱ्या सहकाऱ्यांच्या मनात ज्या आनंदाच्या उकळ्या फुटत होत्या त्या मी सहजपणे ओळखू शकलो.

"तुलाच जावं लागतंय ना रे."

बकासुराला भूक शमविण्यासाठी रोज एक माणूस पाठवला जात असे, तसं मला पाठवणार या काळजीनं चावरे बोलला. वास्तविक त्याला जायला लागणार नाही याचाच त्याला अधिक आनंद होता.

"घुकणीचा उन्हाळा महाभयंकर आहे. जोशी, डोक्याला चांगला रुमाल बांधून जा." निवांत बसलेल्या कारखानीसनं उपदेश केला.

"तिथल्या पाण्यात नारूचे जंतू आहेत म्हणे. येथूनच पाणी उकळवून घेऊन जा." तिथलं पाणी खराब असेल तर इथनं पाणी उकळवून का घ्यायचं हे काही माझ्या लक्षात आलं नाही. पण पाणी उकळायचं म्हटल्यावर जी उपदेशाला उकळी फुटते ती थंड पाण्यानं नाही फुटायची.

"जोशीबुवा, एक सणसणीत सोटा बरोबर न्या हं."

मला बुवा म्हणून हाती सोटा देऊन आणखी गळ्यात झोळी बांधायला लावतो का काय असा मनात विचार आला, पण तो मनातच ठेवून मी पृच्छा केली,

"सोटा कशाला?"

"अहो, त्या शाखेत मागं मोठ्ठा साप निघाला होता."

तो साप परवडला पण ही सभोवतालची वरकरणी हसतमुख माणसं नकोत, असं मला वाटायला लागलं. तरी मी भाबडेपणानं विचारलं,

"इथून काठी नेण्यापेक्षा त्या गावात नाही का मिळायची?"

"तिथं काठ्या घरी असलेले लोक त्या घेऊन बाहेर वाटमाऱ्या करायला गेले असले म्हणजे? आली का पंचाईत. साप काय गावकऱ्यांच्या काठ्या यायची वाट पाहत बसणार आहे? कोणाला दंश केला तर गावात दवाखानासुद्धा नाही."

हा माहितीचा फूत्कार भयंकर होता.

साहेब तर म्हणत होते, गाव अगत्यशील आहे. अन् एक काठी उसनी मिळायची नाही? हे विचार मनात ठेवूनच 'आलिया भोगासी असावे सादर' असं म्हणून मी काठीसुद्धा बरोबर न्यायचं ठरवून टाकलं.

''तिथं डास भयंकर आहेत तर कासव छाप अगरबत्ती घेऊन जा. शिवाय तापावरच्या गोळ्याही बरोबर ठेव.''

घुकणी बुद्रुक नाव म्हटल्यावर जे जे डोळ्यापुढं यायला पाहिजे ते सारं माझे सहकारी अत्यानंदानं सांगत होते. दूरदर्शनवरच्या जिल्हा वार्तापत्रात सांगतात ते सारे शासकीय कार्यक्रम इथंच राबवत असले पाहिजेत असं वाटत होतं. लसीकरण म्हणजे भरपूर रोगराईमुळं घेतलेला हा कार्यक्रम. विंझण विहिरी म्हणजे माझा तर असा समज होता की त्या विहिरी वांझ असतात किंवा ज्यांना पाणी लागत नाही त्या विहिरी. मावा तुडतुडा नावाचा रोग पिकांवर येतो तो असं नाव असलेल्या गावातच!

आपल्याला रजा मिळालीय अशा आनंदात असलेला घुकणीचा मॅनेजर पवार हा आमच्या रिजनल ऑफिसमध्ये शाखेच्या किल्ल्याच घेऊन आला. ''मला अचानक लवकर गावी जावं लागतंय. माझा मेहुणा आजारी आहे. तेव्हा इथंच तुला किल्ल्या देऊन टाकतो. उद्यापासून तू बघ.'' असं म्हणून त्यानं माझ्या हातात किल्ल्यांचं पाकीट कोंबलंच.

'घुकणीला जोशी चालले' ही बातमी मी राहत असलेल्या बँकेच्या सोसायटीच्या आवारात मी घरी जाण्यापूर्वीच पोहोचली होती. संध्याकाळी घरी जाताना बाजूच्या सोसायट्यातून लोक मलाच पाहताहेत असं उगीचच मला वाटत होतं. आपल्या बाबांना भयंकर शिक्षा झाली अशा आविर्भावात मुलं व सौ. मला मधूनच निरखत होती.

उद्या घुकणीचे दरोडेखोर भेटतात का अगत्यशील माणसं

या विचारात मी रात्र तळमळत काढली. मी झोपू शकलो नसल्यानं सकाळी उठलो कसं म्हणायचं! उठलो आणि घुकणीला जायच्या तयारीला लागलो. डोक्यावर रुमाल, डोळ्यावर गॉगल, भरपूर खिशांचा शर्ट, बेडिंग बॅग, गळ्यात वॉटर बॅग आणि हातात काठी असं आमचं ध्यान गिर्यारोहणाला चालल्याप्रमाणं निघालं. फ्लॅटमधून बाहेर पडून दोन जिने खाली उतरून आलो तर सौ. नं बाल्कनीत येऊन मोठ्यांदा विचारलं,

"बँकेच्या किल्ल्या घेतल्या ना?"

मागं मी एकदा विसरलो होतो हे खरं. पण आता एवढं ओरडून सर्वांना समजेल असं सौ. नं विचारलं. अन् व्हायचं तेच झालं. मी सोसायटीतून गुपचूप बाहेर पडणार होतो तो 'जोशी घुकणीला चालले' हे सोसायटीभर कळलं. त्यात माझा टोपी- काठीचा अवतार. पूरग्रस्तांसाठी कपडे गोळा करणाऱ्या स्वयंसेवकांना जसे लोक बाल्कनीतून पाहतात तसे सारे माझ्याकडे पाहत होते. त्यात जवळगीकर आगाऊपणानं ओरडलाच,

"काय घुकणीला का?"

"घुकणी नाही घुकणी बुद्रुक!"

शेजारच्या बाल्कनीतून दंडवत्यांनी दुरुस्ती सुचविली. मी केविलवाणे हास्य करीत त्या सहकाऱ्यांच्या सदिच्छांच्या तावडीतून एकदाचा सटकलो. ते थेट एस.टी. स्टँड गाठले.

स्टँडवर घुकणीवरून जाणाऱ्या बसमध्ये मी चढे अन् कंडक्टर खाली उतरवी.

"ही बस घुकणीला थांबत नाही." हेच उत्तर बहुतेक कंडक्टर देत होते. मी चांगला तासभर आधी स्टँडवर येऊनही बँकेत पोहोचायला उशीर होणार या काळजीनं मला घेरलं.

शेवटी अगदी जवळच्या पल्ल्याची, सर्व गावांची विचारपूस

करत जाणारी एक एस. टी. फलाटाला लागली. प्रवाशांना बसमध्ये जायला मागं दरवाजा असतो. पण बस कुठं जाते कळायला पाटी असते बसच्या पुढं. तशी पाटी मागंही लावली तर प्रवाशांची धावपळ कमी होईल व मग स्टँडवरच्या पळापळीचं मनोरम दृश्य अदृश्य होईल म्हणूनच मागं पाटी लावत नसावेत. घुकणीला गाडी थांबते ना विचारून मी एस. टी.त चढलो तर कंडक्टरनं विचारलं,

"घुकणी खुर्द की बुद्रुक?"

"बुद्रुक! तिथं बस थांबेल ना?" पुन्हा एकदा विचारलं.

"बुद्रुकलाही थांबते आणि खुर्दलाही." कंडक्टर.

सर्वच गावांना थांबत असल्यानं हे सारं निरर्थक होतं. घुकणीला जाण्याला साजेशीच एस. टी. ची आतून दशा होती. एका सीटवर कुशनच नव्हतं. बहुतेक सीटमधल्या स्पंजवर डाका मारलेला होता. सीटच्या मागच्या बाजूस रंगात खरडून 'बाबू सकपाळ व बवी सावंत' असं लिहिलं होतं. अजरामर झाले बिचारे!

मी या प्रवासाला जाम कंटाळलो होतो. एस. टी.तले सारे बोर्ड वाचून झाले. 'विनातिकीट प्रवासाला शिक्षा होईल' इथपासून ते 'महाराष्ट्र राज्य लॉटरी आज नही तो कल' इथंपर्यंत. शेवटी एकदाचं घुकणी आलं. कंडक्टरनं मला उतरवलं. सामानासह रस्त्यावर आलो तर आजूबाजूला गावच दिसेना. अकरा वाजता बँक सुरू करायची अन् इथंच अकरा वाजून गेलेले.

तेवढ्यात एका गुराख्याच्या मुलानं घुकणीला तिथून चालत कसं जायचं ते सांगितलं. तळपत्या उन्हात एक किलोमीटर अंतर तर कापलं होतं. तेवढ्यात एक पूल लागला. पुलाच्या खाली रखरखीत वाळवंट होतं. त्यात लूत भरलेली कुत्री बसली होती. पाण्याचा टिपूसही नव्हता. इथं पाणी

नाही तर पूल कशाला बांधला असेल? कदाचित पूल बांधलाय म्हणून तरी पुलाखालून पाणी वाहील अशी कल्पना तर कोणाच्या डोक्यात आली नसेल? आता खरंच घुकणी आलं.

गावात दुकानं जवळजवळ नव्हतीच. मी भराभरा चालायला लागलो. बँक उघडायला आधीच वेळ झालेला. लोक बँकेबाहेर उभे असतील, उद्या वृत्तपत्राकडे तक्रार करतील, या कल्पनेनं मी अस्वस्थ झालो. बँकेजवळ पोहोचलो तर कॅशियर समोरच्या झाडाखाली बसलेला.

''या साहेब.''

त्यांनी हाळी दिली. पण खातेदार किंवा त्यांची गर्दी अजिबात नव्हती.

''चला बँक उघडू या. आधीच वेळ झालाय.'' मी

''तुम्ही इथं बसा. आता स्वीपर बँक झाडेल. मग दहा मिनिटांनी बँकेतला धुरळा कमी झाला की आपण जायचं.''

कॅशियर मला मार्गदर्शन करत होता. बँकेत प्रवेशल्याबरोबर मी म्हटलं,

''कॅश काढू या.''

''नको नको. कोणी खातेदार आलाच तर आम्ही सेफला किल्ल्या लावतो.' कॅशियर.

मी माझ्या खुर्चीवर बसलो. कॅशियर त्याच्या खुर्चीवर. शिपाई त्याच्या स्टुलावर. बाकी सामसूम.

''नमस्कार साहेब.''

एका खातेदारानं एंट्री घेतली. चला, खातेदार आला तर, या आनंदात मी असतानाच त्यानं म्हटलं,

''साहेब पेपर आणला का?''

शहरातून येताना बँक मॅनेजरनी वृत्तपत्र आणायचं असा या गावचा दंडक होता, हे मी जाणलं. सुदैवानं माझ्याकडे पेपर होता तो मी मोठ्या आनंदात त्याला देऊ केला.

"काय राव! आम्हाला वाचाय येतंय व्हय. तुमीच वाचा."

आता मी मोठ्यांदा पेपर वाचू लागलो. त्यातल्या काही बातम्यांवर चर्चा होऊ लागली. त्या भागातला एक माणूस विजेचा धक्का लागून वारला होता. त्यावर पुढं दोन- चार दिवस गप्पा चाललेल्या. ते सद्‌गृहस्थ बाहेर गेले तो दुसरे आले.

"किती वाजले?"

वेळ विचारायला यायची इथली प्रथाच होती म्हणे!

"बारा!" मी.

आमच्या कामाचेही बाराच वाजले होते म्हणा. तो गेल्यावर बराच वेळ नुसतं बसून राहिल्यामुळं मी हळूच मान वळवून कॅशियरकडं पाहिलं तर त्यानंही याच वेळी कंटाळा आल्यानं मान वळवून माझ्याकडं पाहिलं!

तेवढ्यात एक जण प्रवेशला -

"साहेब कागद हवाय."

बँकेत कागद का मागताय हे विचारण्यापूर्वीच माझी शंका ओळखून कॅशियरनं खुलासा केला,

"गावात स्टेशनरीचं दुकान नसल्यानं कागद घ्यायला बँकेत येतात."

त्याला कागद दिला तर म्हणतो कसा -

"तुमीच लिवा. मोटरला इलेक्ट्रिक कनिक्शन हवं. करा अर्ज."

एम.एस.ई.बी.साठी विनातक्रार अर्ज लिहून दिला. काय करता. पंधरा दिवस काढायचे होते ना! रिजनल मॅनेजरनी वर्णन केलेल्या अगत्याची अगदी उफराटी रीत! बँकेत समोर बाकावर एक म्हातारी बसली होती. अगदी विनयपूर्वक मी विचारलं,

"बाई, काय हवंय?"

"गहू."

"अहो, ही बँक आहे. इथं गहू कसे मिळणार?"

"ते मला ठाव हाय. वरचं सोसायटीचं हापिस उघडायला येळ हाय मूनून इथं बसले. सोसायटी उघडल्यावर गहू घेईन." आरामशीर बसण्याचं ठिकाण हासुद्धा आमच्या शाखेचा उपयोग आहे हे माझ्या ध्यानी आलं.

थोड्याच वेळात पाहतो तो समोर खिडकीच्या गजांना धरून मुलं उभी होती. ती शाळकरी मुलं माझ्याकडं का पाहताहेत ते कळेना. तोंडाला वगैरे काही लागलं नाही ना या शंकेनं मी रुमालानं तोंड पुसून घेतलं. एखाद्या प्राणि-संग्रहालयातल्या प्राण्याला बघतात तसं मुलं मला पाहत होती. शिपाई त्यांना 'ए चला शाळेला' असं म्हणून हटकत होता. मी शिपायाला विचारलं,

"मुलं का जमलीत?"

"साहेब, ती पंखा बघायला येतात. रोज सुटीत ती इथं येतात. गावात आपल्या बँकेतच पंखा आहे ना!"

मुलं पसार होतात तोच दोन सणसणीत मर्द बँकेत प्रवेशले.

"काय सायब, नवीन आलायसा वाटतं?"

त्यांच्या आवाजात चांगलीच जरब होती. दरोडेखोरांचं गाव ते यांच्यावरूनच म्हणत असावेत का अशीही शंकेची पाल मनात चुकचुकली.

"हो, मी आजच आलो. म्हणजे नवीनच म्हटलं पाहिजे. काय पाहिजे आपल्याला?"

"हातोडा!"

हे ऐकून मी चांगलाच हबकलो. पण त्यांनीच त्वरेनं खुलासा केला,

"तालमीत मारुतीचा फोटो लावायचाय. तवा म्हटलं हातोडा बँकेतनंच घ्यावा."

आता बँकेत हातोडा कुठला म्हटलं तर पुढचंही त्यांनीच बोलून टाकलं,

"कॅश ठोकाय हातोडा बँकेत असतू न्हवं?"

मी शिपायला हातोडा आणायला सांगितलं.

"तुमच्या शिपायालाही जरा बरूबर न्हेतो. फोटू लावाय मदत व्हईल."

माझ्या होकार-नकाराची वाट न पाहता ते त्याला घेऊन गेले. शिपायाला पाठवण्याचा फायदा असा झाला की काम झाल्यावर तो हातोडा परत घेऊन आला.

दारावरून ताशा वाजवत एक छोटीशी मिरवणूक चालली होती. काही बायांनी डोईवर पाण्याच्या कळशा घेतलेल्या. नग्न मुलंही त्यातच चालत होती. पाऊस पडावा म्हणून ती मिरवणूक देवळाकडं निघाली होती. बँकेच्या दारात ते थांबले व मला दाराशी बोलावून कपाळी गुलाल लावण्यात आला. दिवसाची कामाची वेळ संपत आली तरी बँकेचा व्यवहार कसा तो नव्हता की कल्पनेतलं अगत्यही अनुभवायला मिळालं नव्हतं. एवढ्यात गावचे सरपंच अवतरले.

"काय साहेब. नवीन आलाय ना?"

"हो, आजच आलो." तेवढ्यात कॅशियरनं अदबीनं पुढं होऊन सरपंचांची ओळख करून दिली.

"साहेब, आज चार वाजता घरी चहाला या."

"मी आजच आलोय. येईन पुन्हा केव्हातरी!"

"नाही नाही. आजच यायचं. कॅश बंद झाली की यांना घेऊन घरलाच या."

त्यांनी कॅशियरलाही हुकूम केला.

"आजच कशाला?"

असं विचारताना रिजनल मॅनेजरनी वर्णन केलेला अगत्यशील माणूस हाच बरं का असं मनात आलं. ग्रामीण

भागातल्या लोकांचं कसं अगत्य असतं हेच या आमंत्रणावरून दिसत होतं.

"साहेब, त्याचं काय आहे, आमच्या घरी आमच्या जावयाचा मित्र मुंबईहून आलाय. त्याच्याशी चार इंग्रजी शब्द मधी अधी टाकून बोलणारं कोणी हवं का नको? आपलंबी इंप्रेशन राहाया हवं. तवा तुमी आजच चहाला या!"

त्यांच्या आमंत्रणातल्या अगत्यातली खरी गोम आता मला कळली होती. सरपंच खूश तो पगडी पचास या न्यायानं मी सरपंचांच्या घरी गेलो. कांदेपोह्याच्या प्रत्येक घासागणीक इंग्रजी शब्द टाकू लागलो!

■

बँकेत चिमण

"अगं काऊ! हे पाहिलंस का विमा कंपनीकडून दोन हजार रुपयांचा चेक आलाय. आत्ताच पोस्टमन रजिस्टर पाकीट देऊन गेला." चिमण.

"बरं झालं बाई. देव पावला. मुलांची कॉलेजची फी कशी भरायची याची तुम्ही अगदी काळजी करीत होता."

"उद्या चिऊची फी भरायचीय. तेव्हा आजच या चेकचे पैसे आणतो. चेक मॉडर्न बँकेवर काढलेला आहे. तिथंच जाऊन येतो."

मॉडर्न बँकेजवळ चिमण त्याची लुना उभी करण्यासाठी जागा शोधत होता. कुठे 'नो पार्कींग'चे बोर्ड होते तर अगदी बँकेच्याजवळ 'केवळ स्टाफच्या वाहनाकरिता राखीव जागा' असा बोर्ड धमकावीत होता. त्याच्याच वर 'आपली आपुलकीची बँक' अशी बँकेची विरोधाभासी जाहिरात धुळीमधून दिसत होती. बँकेपासून बऱ्याच दूर अंतरावर जाऊन एका बोळात लुना पार्क करून चिमण बँकेजवळ आला. ''बँक सुरू व्हायला अजून वेळ आहे.'' आर्मगार्डनं आत सोडण्यास मज्जाव केला.

''मी थांबतो जरा वेळ.'' भोळ्या चिमणनं सोशिकता दाखविली. आर्मगार्डच्या गोल गरगरीत ढेरीकडे पाहत 'हा चोराला पकडायला कसा काय धावू शकेल' अशी शंकेची पाल त्याच्या मनात चुकचुकली. चिमण बँकेबाहेर लावलेले बोर्ड वेळ घालवायचे साधन म्हणून वाचू लागला -

'वाहने स्वतःच्या जबाबदारीवर लावा.'

'बँकेत स्फोटक पदार्थ आणू नयेत.'

'खिसेकापूंपासून सावध राहा.'

'पोलीस स्टेशन फोन नं. १००, अग्निशामक दल १८७.'

'फक्त वर जाण्यासाठीच लिफ्टचा वापर करावा.'

'लिफ्ट नादुरुस्त आहे.'

उन्हामुळं घामाचा थेंब डोळ्यावर आल्यानं पुढचा बोर्ड जरा धुरकटच दिसला.

'आपली आपुलकीची बँक - मॉडर्न बँक.'

बँकेचा अर्धा दरवाजा उघडला होता. त्यावरही आडवी लोखंडी साखळी लोंबत होती. त्याखालून वाकून चिमणनं आत प्रवेश केला. समोरच एक क्लार्क काउंटरवर स्थानापन्न झाला होता.

''मला या चेकचे पैसे हवेत.''

काहीच प्रतिसाद न मिळाल्यानं ऐकल्यावरही न बोलणं

याला कसं काय जमतं या विचारात चिमण पडला. एस.टी. स्टँडवर चौकशी काउंटरवर गाडी केव्हा आहे विचारल्यावर जसा तिथला अधिकारी ऐकून न ऐकल्यासारखं करतो तसंच इथंही होतं. हा पूर्वी तिथं नोकरीला होता की काय असंही चिमणला वाटलं.

"मला चेकचे पैसे हवेत." पुन्हा चिमणनं आर्जवी स्वरात म्हटलं.

"एन्क्वायरीला विचारा." बोलला एकदाचा.

"एन्क्वायरी काउंटर कुठंय?"

"पंधरा नंबरला." त्यानं इतक्या रूक्षपणे सांगितलं की इथं माणूस आहे की यंत्र बोललं असा प्रश्न पडावा. 'नो प्रॉफिट नो लॉस' दुकानात बसल्याप्रमाणं तो बोलला.

पंधरा नंबर शोधून काढला तर तिथं एन्क्वायरी अशी नेमप्लेट होती पण माणसाचा पत्ताच नव्हता. अकाउन्टंट आलेल्या माणसांत कामाची वाटणी करीत होते. त्यानं एका क्लार्कला सांगितलं,

"तुम्ही कॅशला जा."

"रोज मला वेगवेगळी कामं सांगू नका. मी काय वेठबिगार आहे? आल्यावर हजेरी लावायची अन् सांगाल तिकडं जायचं!"

"बँक सुरू होऊन पंधरा मिनिटं झालीत. माझ्याकडं तक्रारी यायला लागल्यात. तुम्ही आधी कॅशवर जा."

"जातो. पण दुपारी दोनपर्यंतच काम करीन. मग मला स्पोर्ट्स क्लबच्या प्रॅक्टिसला जायचंय."

"सेव्हिंग्जच्या मुळेबाई अजून आल्या नाहीत वाटतं?"

"त्यांचा फोन होता. त्या एका लग्नाला जाऊन अर्ध्या तासानी येणार म्हणून."

"जोशी तरी आलेत ना?"

"हो. मस्टरवर सही केलीय. पण पोस्टात जाऊन येतो

म्हणाले.''

एन्क्वायरीच्या नेमप्लेटजवळ कोणीच गृहस्थ न आल्यामुळं चिमण शेवटी तेथील अधिकाऱ्यांकडे गेला.

''मला या चेकचे पैसे हवेत.''

''हा क्रॉस चेक आहे. यासाठी खातं उघडा. त्यात हा चेक भरा व मग पैसे काढा.''

काउंटरवर विविध खात्यांचे बोर्ड होते.

''मला खातं उघडायचंय.'' चिमण एका काउंटरवर जाऊन म्हणाला.

''हे करंट अकाउन्ट आहे. इथं खातं उघडाल तर व्याज अजिबात मिळत नाही. त्यात तुमचंच नुकसान होईल.''

उत्तरानं भांबावल्यामुळं बाजूच्याच काउंटरवर चिमण गेला.

''हे फिक्स्ड डिपॉझिट काउंटर आहे. इथं फक्त पैसे ठेवायचे! तुम्हाला पैसे काढता नाही येणार.''

चिमण घाबरलाच.

''इथं रिकरिंग खाते विभाग आहे. दरमहा ठरावीक रक्कमच भरायची. अधीमधी पैसे परत मिळणार नाहीत. हप्ता उशिरा भरल्यास दंड होईल.''

चिमणच्या गोंधळात भर पडत होती.

''बचत खाते विभाग कुठं आहे?'

''तिथं कोणी बसायचं तेच चाललंय. तुम्ही असं करा - इथला क्लार्क नेहमी उशिरा येतो. तेव्हा एक तक्रार अर्ज करा.'' बँकेतल्याच माणसाकडून हा सल्ला मिळाल्यानं चिमणला आश्चर्यच वाटलं.

''तक्रार करण्याचं मग बघू. मला खातं उघडू दे.''

शेवटी घाणेकर नावाच्या क्लार्कला बऱ्याच विनवण्या करून अकाउन्टंटनी काउंटरवर बसवलं. त्याच्या पुढ्यात 'बचत' बरोबरच 'एन्क्वायरी' नेमप्लेट ठेवली. सगळ्या काउंटरची

व्यवस्था पाहता पाहता अकाउन्टंटनी एन्क्वायरीला कोणीच माणूस शिल्लक न राहिल्यानं ते काउंटर बचत खात्यास जोडून जॉईंट अकाउन्ट करून टाकलं.

येणारा माणूस इथंच चौकशी करतोय लक्षात आल्यावर घाणेकरनं एन्क्वायरी नेमप्लॅट हळूच पुढच्या काउंटरवर सरकवली. शेजारच्या क्लार्कनं ती बाजूला काढून ठेवली. शेवटी चौकशी नेमप्लेट कोठे गायब झाली याची चौकशी सुरू झाली. आता सेव्हिंग्ज काउंटरवर क्लार्क आहे बघून चिमणनं पुन्हा प्रयत्न सुरू केले.

''मला खातं उघडायचंय.''

सेव्हिंग्ज खात्यात कमी का होईना व्याज मिळतं. पैसे ठेवता- काढताही येतात. चेकबुकही मिळतं हे सारं माहीत असल्यामुळं चिमणला वाटलं की हे महाशय आधीच्या काउंटरवर जशी नकारात्मक उत्तरं मिळाली तसे कोणतंच उत्तर देऊ शकणार नाहीत.

''खातं उघडताय, पण चेक परत आला तर फौजदारी गुन्हा होतो बरं का? शिवाय ओळख लागेल. मगच खातं उघडता येईल.''

'नाही' म्हणायला इथं काय छान शिकवलंय असा विचार चिमणच्या मनात डोकावताना त्याला नागपूर रेल्वे स्टेशनवरचा पूर्वीचा प्रसंग आठवला.

''मला रेल्वे रिझर्वेशन मिळेल का?'' त्या वेळी चिमणनं विचारलं होतं.

''शिल्लक नाही.''

''अहो पण मी अजून कोणत्या गावाला जायचंय ते विचारायचंय.''

''विचारा!''

''मुंबईला जायचंय.''

“नाही.”

“बरं दिल्लीला.”

“तेही नाही.”

काही ऑफिसेस नाही म्हणणारीच असतात. आपण कधी आर.टी.ओ.ऑफिसमध्ये काम असल्यास ‘पंधरा मिनिटात जाऊन येतो’ असं म्हणतो का. तिथं जायचं म्हणजे रजाच काढावी लागते. आता बँकाही त्या रांगेत बसतात का असं चिमणला वाटायला लागलं. तो मनोमनी म्हणाला,

‘जर पैसे ठेवायला इतका त्रास आहे तर पैसे काढायला किती कष्ट पडतील!’

पण आता आपल्याला पैसे हवेत तेव्हा सगळे सोपस्कार पूर्ण करण्याच्या आवेशात पुन्हा चिमण प्रयत्नशील झाला. घाणेकर एका पेन्शनरशी बोलत होता.

“तुम्हीच इतकी वर्षं येताय हे मला मान्य आहे. पण तरीही तुम्ही जिवंत असल्याबद्दल सर्टिफिकेट आणल्याशिवाय मला पेन्शन देता येणार नाही!”

“पण तुम्ही जिवंत आहात हे त्यांना समजावून सांगा ना.” चिमणनं भाबडेपणानं सल्ला दिला.

“मी पटवायचा प्रयत्न केला. पण इलाज नाही. आता मी सर्टिफिकेट जाऊन आणतो.”

“बरं! खातं उघडायला लाइफ सर्टिफिकेट लागत नाही ना?” मिस्कील चिमण.

“पण ओळख लागते ना!”

“कोणाची?”

“खातेदाराची.”

“माझे रेशन कार्ड आहे ते चालेल का?”

“नाही.”

“माझे नोकरीतले आयडेंटिटी कार्ड आहे. ते चालेल?”

“नाही.”

चिमणला दुसरे एक खातेदार स्लीप भरताना दिसले. त्यांना विनंती करून चिमणनं ओळखीची सही मिळवली आणि विजयी मुद्रेनं सेव्हिंग्ज काउंटरवर आला.

“ही घ्या ओळख.”

“पण ते तुम्हाला ओळखतात कशावरून? तुम्ही त्यांची सही इथंच मिळवलीय. तुम्हाला ओळखणाऱ्या खातेदारांची सही हवी. तुम्ही दुसरा फॉर्म भरा.”

“मग आमच्या घरमालकांचं इथं खातं आहे का? त्यांचं नाव रसिकभाई शहा.”

“त्यांच्या खात्याची आम्ही माहिती देऊ शकत नाही.”

“फक्त खातं आहे का पाहा. नाहीतर मी त्यांना फोन करून विचारू का?”

फोनजवळ ‘लोकल कॉल - तीन रुपये’ असा बोर्ड लावला होता. तरीही तो खर्च आला तरी चालेल म्हणून चिमणनं फोन लावला. दोनदा एंगेज लागल्यावर एकदाचा फोन मिळाला व विशेष म्हणजे त्यांचं इथं खातं होतं. चिमण फॉर्म घेऊन त्यांची सही आणायला बाहेर पडला. ऊन चांगलंच वाढलं होतं. लुनाही कडकडीत तापली होती. ती काढून चिमणनं रसिकभाईंची सही मिळविली. पुन्हा बँकेजवळ लुना पार्कला जागा शोधून मग बँकेत प्रवेश केला.

“अहो इथले ते क्लार्क कुठं आहेत?”

“ते गेले चहाला.”

“पण सुट्टी तर अडीच वाजता असते ना?”

“ती ऑफिशिअल. आता एक ते दीड अनऑफिशिअल चहाची सुट्टी असते.”

चिमण बाकावर बसून राहिला. कॅशिअरच्या टींगटाँग बेलचे आवाज, टोकन इंडिकेटरवर येणारे नंबर. चेक स्वीकारताना

जोरात मारलेल्या शिक्क्याचे आवाज, कोपऱ्यात ट्रान्झिस्टरवर क्रिकेट कॉमेंट्री ऐकणारे शिपाई मंडळींचे टोळके, 'शिस्तीने राष्ट्र वाढते', 'कष्टाला पर्याय नाही' असे काचेतून दिसणारे स्टीकर्स अशा वातावरणात चिमण काउंटरकडे डोळे लावून होता. थोड्या वेळानं त्यानं घाणेकरकडे फॉर्म व आधारकार्डची प्रत दिली. फॉर्म पाहून त्यानं पैसे भरायला सांगितले. कॅशिअरच्या इथे रांग होती. त्यामध्ये उभे राहून चिमण मुंगीच्या गतीनं पुढं सरकत होता. आता मध्ये एकच माणूस राहिला असताना कॅशिअरनं काम थांबवले.

"लाईट गेलेत. इमर्जन्सी लाईट दुरुस्त करा म्हणून आम्ही कालच मॅनेजरना सांगितलंय. लाईट आल्याशिवाय काम होणार नाही."

चिमणनं अकाउन्टंटना भेटून त्यांचे काम करण्याची विनंती केली. मग अकाउन्टंट व कॅशिअर यांच्यात चर्चा होऊन काम सुरू झाले. चिमणचा नंबर आल्यावर त्यांनी फॉर्म व पैसे पुढं केले.

"हे व्हाऊचर स्क्रोल करून आणा."

पुन्हा चिमण स्क्रोल लिहिणाऱ्या ऑफिसरकडे गेला. तिथं थोडा वेळ रांगेत उभा राहिला. व्हाऊचर स्क्रोल झाले. पुन्हा कॅशिअरकडे. कॅशिअरनं कॅश घेतली. आता पुन्हा खातेनंबर मिळवायचा व पासबुक घ्यायचे.

"मला चेक जमा करून हवाय." चिमणनं चेक कलेक्शन काउंटरवर विनवणी केली.

"प्रथम खाते नंबर आणा."

चिमण पुन्हा सेव्हिंग्ज काउंटरवर आला.

"मला खाते नंबर आणि पासबुक देता का?"

"खाते नंबर घ्या. सोळा हजार सातशे चौऱ्याण्णव. पासबुक तयार व्हायला वेळ लागेल. पुन्हा याल तेव्हा न्या."

खाते नंबर घेऊन चिमणने चेक भरण्याची स्लीप भरली व चेक जमा करण्याच्या काउंटरवर विचारले,

"चेकच्या मागे सही करायला लागते का?"

त्या क्लार्कला नक्की माहिती नसावी. तो गोंधळलेला दिसत होता.

"मी या ब्रँचला नवीनच आहे. इथं काय पद्धत आहे माहीत नाही. पण असू द्या करून ठेवा. आपली असलेली बरी." चिमणनं सही करून चेक जमा केला.

आता चिमणचा मोर्चा एल.आय. सी. चं करंट अकाउन्ट असल्यानं त्या करंट काउंटर क्लार्ककडे वळला.

"तेवढे माझ्या खात्यात पैसे जमा करून हवेत."

"आज चेक भरलाय ना? मग उद्या जमा करू."

"मला फी भरण्यासाठी पैशाची आवश्यकता आहे तेव्हा लगेच जमा करून द्या."

करंट काउंटर क्लार्क महत् प्रयासानं हो म्हणाला, ट्रान्सफर एंट्री होऊन चेकचे पैसे खात्यात जमा झाले! चिमणनं विथड्रॉवल स्लीप भरून हजार रुपयाची मागणी केली.

"बँकेची वेळ संपलीय." सेव्हिंग्ज क्लार्क.

"अहो मी सकाळी बँक सुरू होण्याच्या आधीपासून इथं आलोय."

"तुम्हाला तेवढा वेळ असेल. पण आम्हाला नाही. तेव्हा आता पेमेंट मिळणार नाही."

"अहो, मी तुम्हाला रिक्वेस्ट करतोय."

"कॅशिअर पेमेंट द्यायला तयार आहे का पाहा."

चिमणनं पुन्हा कॅशिअरला आपण सकाळपासून आल्याची विनवणी करून सांगितलं व सेव्हिंग्ज क्लार्कला पेमेंट पाठवायला सांगितलं.

शिपाई जागेवर नसल्यामुळं चिमणनंच तो पेमेंट स्क्रोल

ऑफिसरकडून कॅशिअरकडे नेऊन दिला.

कॅशिअर वैतागलेला होता. चिमणनं पेमेंट घेतलं. दिवसभराच्या नकारांनी चिमणही चिडलेला होता. तो बाकावर जाऊन बसला.

त्यानं नोटा मोजून पाहिल्या तर एक हजाराच्या ऐवजी अकराशे रुपये रक्कम भरली. त्यानं कॅशिअरची गंमत करायची ठरवलं.

"अहो शंभरची एक नोट कमी आहे."

"तुम्ही इथं पुढ्यात नोटा मोजून घ्यायला पाहिजे होत्या. आता एक शब्दही बोलू नका. आधीच उशीर झालाय." चिमण घरी आला. त्यानं शेजारून अकाउन्टंटला फोन केला.

"मला शंभर रुपये जास्त आलेत. पण कॅशिअर एक शब्दही बोलू नका म्हणाले. म्हणून मी पुढं जास्त बोलू शकलो नाही. त्यांना पैसे कमी आले तर माझ्याकडे पाठवा."

संध्याकाळी कॅशिअरला शंभर रुपये शॉर्ट लागले. शोधाशोध सुरू झाली. अकाउन्टंटनी चिमणकडे जास्त पैसे गेले का विचारून या असा कॅशिअरला सल्ला दिला. कॅशिअर व एक क्लार्क चिमणचा पत्ता शोधत आले.

"तुम्हाला शंभर रुपये जास्त आलेत का?" कॅशिअर.

"मी काउंटरवरच मोजून घेतले तेव्हा तिथंच नसते का सांगितले? माझे पैसे बरोबर आहेत."

कॅशिअर नम्रतेनं बोलू लागला. क्लार्कही विनवणीच्या सुरात बोलत होता. ही माणसं सकाळी बँकेत किती बेफिकिरीनं बोलत होती. तीच का ही माणसं असा चिमणला संभ्रम पडला. आपण भाबडे भोळसट आहोत असे साऱ्यांना वाटते ना? पण आता जमाना बदललाय. थोडा यांनाही धडा शिकवू या, या भावनेनं चिमणनं त्यांना परत पाठवून दिलं.

कॅशिअर, क्लार्क बँकेत परतले.

तोच फोन आला. फोन कॅशिअरनंच उचलला होता.

"हॅलो मी चिमण बोलतोय! तुम्ही मघाशी येऊन गेलात. नंतर मी पुन्हा पैसे मोजले. माझ्याकडे शंभर रुपये जास्त आलेत. तुम्ही या व पैसे घेऊन जा. शिपायला पाठवलेत तरी चालेल आणि एक काम होतं. माझे आज तुमच्या या कॅशसाठी दोन फोन झाले. त्याचे मला चार रुपये भरावे लागले. तुमच्या बँकेत प्रत्येक कॉलला तीन रुपये दर असला तरी इथं मला दोन रुपयातच फोन करायला मिळतो. तेव्हा ते चार रुपये पाठवून दिलेत तर मी आपला आभारी राहीन!"

■

कॅश मंत्र

"आपल्या बँकेला खाती मिळवून देणारी होम बँकिंग योजना जरा सांग बरं!"

"अरे आपली काही मॉडर्न होम बँकिंग स्कीम नाही. मी आपल्या जुनाट पद्धतीनंच घरून पैसे गोळा करतो. पण इकडच्या कानाचं तिकडच्या कानाला कळू देत नाही."

"ते कसं काय?"

"अरे आपल्या डी. व्ही. शहा शेटजींचं आपल्याकडं मोठं खातं आहे का नाही? आपलंही नेहमी त्यांच्याकडं जाणं- येणं असतंच की."

“हो मग, पुढं काय?”

“अरे त्यांच्या बायकोनं म्हणजेच भाभीजींनीही स्वत:चं वेगळं बचतीचं खातं काढलंय. त्यांनी मला बजावलंय की हे खातं काढल्याचं शेठजींना कळता कामा नये. मग रोज बँकेत जाताना शेटजींच्या घराजवळ आलो की ओरडतो - आहेत का शेटजी? ते असले तर ‘नमस्कार शेटजी’ म्हणायचं अन् पुढं जायचं. पण शेटजी नसले तर भाभीजी घरात बोलवायच्या. खुर्चीवर चढून कपाटावरील पासबुक आणि पैसे माझ्याकडे द्यायच्या. मी बँकेत जाऊन त्यांच्या खात्यावर पैसे भरायचो. पुन्हा जेव्हा शेटजी घरी नसतील तेव्हा पुस्तक परत करायचो!”

“अहोरात्र होम बँकिंग पूर्ण गुप्ततेसह.”

अशा हास्यविनोदात दिवस आनंदानं चालले होते. मॅनेजर, कॅशिअर, क्लार्क आणि दोन शिपाई असा पाच जणांचा संच एक दिलानं काम करत होता. पण एके दिवशी कॅशिअरला चांगलाच धक्का बसला. कॅशमध्ये तीन हजार रुपयांचं शॉर्टेज आलं. त्या वेळी त्याचा मासिक पगार तेवढाच होता. म्हणजे एक महिन्याचा पगारच बुडाला होता. क्लार्क, मॅनेजर, शिपाई सार्‍यांनी मिळून पुन्हा सर्व कॅश मोजून पाहिली. ज्यांना मोठी पेमेंट केली होती त्यांना विचारून पाहिलं की, “जादा पैसे त्यांच्याकडं चुकून आले नाहीत ना?” भरणा चलनांची तपासणी केली पण काही पत्ता लागेना. रिसिट आणि पेमेंटच्या व्हाउचरच्या मागं लिहिलेल्या नोटांच्या तपशिलावरून असं लक्षात आलं की शंभरच्या तीस नोटा कमी पडत आहेत. सार्‍यांनाच खूप वाईट वाटलं. शहाणे यांनी मित्राकडून उसने पैसे आणून रात्री नऊ वाजता बँकेत तीन हजार रुपये भरून टाकले. पैसे जरी शहाणेचे गेले होते तरी कुलकर्णीलाही फार वाईट वाटलं होतं. तोही आपल्या मित्रांना ही वाईट घटना सांगत होता. त्याचा एक मित्र कंझ्युमर को- ऑपरेटिव्ह डिपार्टमेंटमध्ये हिशोब लिहिण्याचं

काम करायचा. त्याला ही घटना सांगताच तो म्हणाला, "अरे तुमच्या बँकेतल्या पवार शिपायानं आमच्याकडं आजच एक हजार रुपयाचं घड्याळ घेतलं!"

मी हे ऐकून थक्कच झालो. कारण पवारची आर्थिक स्थिती अगदीच बेताची होती. त्याच्या बचत खात्यात शिल्लक फक्त साडेचार रुपये होती. ग्राहकांना किमान शंभर रुपये ठेवत का नाही विचारणाऱ्या बहुतेक कर्मचाऱ्यांच्या स्वत:च्या खात्यात मात्र दहा रुपयेही शिल्लक नसतात. 'लोका सांगे ब्रह्मज्ञान आणि आपण कोरडे पाषाण' अशीच स्थिती असते.

'पवारच्या खात्यात पैसे नाहीत. मग घड्याळ कसं घेतलं? कॅश शॉर्टेज याच्यामुळंच तर आलं नसेल?' असा विचार कुलकर्णीच्या मनात आला. पण लगेच त्यांचं मन म्हणायला लागलं, 'पवार असं करायचा नाही. गेली चार वर्षे तो कॅशमध्येच शहाणेला मदत करतोय. आत्तापर्यंत सारी कामं त्यानं विश्वासानं केली.' या विचारात कुलकर्णी तडक शहाणेच्या खोलीवर आला. त्याला कळलेली बातमी सांगितली. शहाणेला आश्चर्याचा धक्काच बसला. तो म्हणाला, "पवार असं काही करेल असं अजूनही वाटत नाही."

खानावळीतनं आणलेला डबा दोघांनीही खाल्ला. बँकेत जाताना वाटेत शेटे प्रोव्हिजन स्टोअर्सच्या मालकांनी शहाणे-कुलकर्णी यांना हाक मारली. शेटे हे कॅशक्रेडिट वापरत असलेले बँकेचे प्रतिष्ठित किराणा मालाचे व्यापारी.

"चहा घेऊ या." शेटजी.

"नको, आत्ताच जेवण झालंय." शहाणे.

"बरं. वेलदोडा लवंग घ्या." बरणीच्या झाकणात वेलदोडे ठेवून त्यांनी ते पुढं केलं आणि विचारलं, "काल माझ्याकडे कॅश जादा आली का विचारणा केली होती, सापडले का पैसे?"

"नाही, शेटजी. पवार तुमच्याकडून उधारीनं सामान घेतो. त्यानं थकबाकी दिलीय का?"

"आजच सकाळी दोन हजार रुपये दिलेत!"

आता पवारकडे झुकणारी संशयाची सुई स्थिरावली. कालचे घड्याळाचे एक हजार आणि हे किराणा सामानाचे दोन हजार. म्हणजे तीन हजाराचा हिशोब लागला. पवारनंच कॅश घेतली असली पाहिजे.

शहाणे तडक पवारच्या खोलीवर गेला आणि त्यांनी हा तीन हजाराचा हिशोब सांगून त्याला पैसे तूच घेतलेस ना असं विचारलं.

पवार म्हणाला, "असं नाही. माझ्या गावचे शेतीचे पैसे आले होते. त्यातूनच मी हा खर्च केलाय. माझ्यावर विनाकारण चोरीचा आळ घेऊ नका." शहाणे- कुलकर्णी सारखा विचार करत होते की, पैसे तर पवारनंच घेतलेत, पण तो कबूल काही होत नाही. तेव्हा काय करावं? काही सुचत नव्हतं.

दुसरे दिवशी शहाणे आपल्या गावी नाशिकला आई-वडिलांकडे गेला ते चार दिवसांनी परत आला.

कुलकर्णींनी शहाणेंना एक योजना सांगितली. दोघांनीही त्वरेने अंमलबजावणीस प्रारंभ केला. दुसरे दिवशी सकाळी शहाणेच्या खोलीतल्या फरशीवर रांगोळीनं बँकेच्या शाखेचा नकाशा काढला. त्यामध्ये कणकेचे सुपारीएवढ्या आकाराचे पाच जागी पाच गोळे ठेवले. केळी, उदबत्त्या, कापूर, हळद, कुंकू, फुलं असं पूजेचं सामान आणलं. पाच कोऱ्या कागदांवर लिंबाच्या रसानं 'पवार' असं नाव काडीनं लिहून ठेवलं.

थोड्या वेळातच रस वाळल्यानं ते कागद कोरेच आहेत असं वाटत होतं. जादूगार रघुवीर यांचे जादूचे प्रयोग शाळेत पाहिले होते त्याचा फायदा कुलकर्णीला आता होत होता. ते कागद खोलीत वेगवेगळ्या ठिकाणी ठेवले. अन्य कोणतेही

कागद खोलीत राहणार नाहीत याची काळजी घेतली. कुलकर्णी शहाण्यांच्या खोलीतून बाहेर निघून गेला.

शहाणे पवार शिपायाच्या खोलीवर गेला आणि म्हणाला, ''माझ्या खोलीवर ये. येताना कुलकर्णी क्लार्क आणि माळी शिपाई यांनाही घेऊन ये.''

सारे शहाण्यांच्या खोलीवर जमले. वातावरण गंभीर होतं. सर्व जण गप्प होते. शहाणेंनी बाजूच्याच मोरीत अंगावर भडाभडा बादलीभर पाणी ओतून घेतलं.

तशाच ओल्या अंगानं एका पाटावर बसला. शांतपणानं प्रस्तावना केली,

''मी नाशिकजवळच्या एका स्वामी महाराजांकडे गेलो होतो. त्यांनी मला एक प्रयोग करायला सांगितलाय. या प्रयोगामुळं माझे पैसे कोणी घेतले हे कळणार आहे. पैसे गेल्यामुळं आपणा सर्वांनाच वाईट वाटलं आहे. ते मिळावेत ही सर्वांचीच इच्छा आहे. तेव्हा आपण साऱ्यांनीच सहकार्य करावं.''

पवार आणि माळी दोघेही डोळे विस्फारून हा काय प्रकार आहे हे पाहत होते. कुलकर्णीला ही योजना माहिती असूनही तोही आपण त्या गावचेच नाही असं भासवत होता. त्याचं लक्ष पवारच्या वागणुकीवर होतं. पवारची छाती भीतीनं वरखाली होत होती. फारसा उकाडा नसतानाही त्याला घाम फुटला होता.

रांगोळी काढलेल्या बँकेच्या नकाशात कणकेचे गोळे ठेवले होते. त्यावर शहाणेनं हळद-कुंकू वाहिलं. फुलं अर्पण केली. उदबत्त्या लावल्या. त्याचा धूर वलयं घेत घेत छपराकडे चालला होता. गंभीर शांतता पसरली होत.

तेवढ्यात शहाणे एका कागदावरचे मंत्र म्हणू लागला. केळ्याचा नैवेद्य दाखविला. कापूर जाळला.

"पवार, एखादा कोरा कागद घे बरं." शहाणे.

"हा घ्या." कोनाड्यातला कोरा कागद देत पवार म्हणाला.

तो कागद कापराच्या उष्णतेवर शहाणेनं धरला अन् त्यावर अक्षरं उमटली 'पवार'. आता पवार पुरता घाबरला होता. पण तरीही उसनं अवसान आणून तो म्हणाला, "मी पैसे घेतले नाहीत. तुम्ही हा काहीतरी डाव रचलाय." तो तरातरा निघून गेला.

बँकेत जाऊन त्यानं मॅनेजरला स्वत: सर्व वृत्तान्त सांगितला.

"शहाणेचा जर तुझ्यावर विश्वास नाही तर तू कॅशच्या बाहेरचं काम कर. माळी कॅशमध्ये काम करेल." मॅनेजरनी सांगितली.

शहाणेनं आपले प्रयत्न सोडले नव्हते. त्यांनी एक पोस्टकार्ड घेतले. त्यावर लिहिलं,

"आदरणीय स्वामी महाराज. मी नाशिकला आलो असता आपणाला माझे पैसे गेल्याचे बोललो होतो. आपण त्यावर उपाय सांगितलात. तो प्रयोग मी केला. कळविण्यास फारच वाईट वाटते की ते पैसे माझ्याच एका सहकाऱ्यानं घेतल्याचे उघडकीस आलं. परंतु मी त्याच्या नावाचा कणकेचा गोळा अजूनही त्या चौकानात टाकलेला नाही. कारण त्यामुळं त्याचंच नव्हे तर त्याच्या बायकोमुलांचंही इतकं वाईट व्हावं असं वाटत नाही. पण मी आज संध्याकाळपर्यंत तो कबूल करतो का हे पाहीन व उद्या तो गोळा त्या चौकोनात टाकीन. आपले असेच आशीर्वाद असावेत.

आपला नम्र

शहाणे

पत्रावर एक थातूरमातूर पत्ता टाकून दिला आणि ते पत्र टपालाच्या ट्रेमध्ये टाकले. पवारला इतरांची पत्रं वाचायची

फार सवय होती. इनलँड असले तरी त्याचा गोल करून ते फिरवून फिरवून वाचायचा प्रयत्न करायचा. हे तर उघडेबंब पोस्टकार्ड होतं. त्यानं ते वाचलं आणि तो पुरता हादरला.

संध्याकाळी शहाणेच्या खोलीवर जाऊन त्यानं कबूल केलं. त्याला झालेलं देणं भागवायला त्यानं अलगद कॅश काढली. ती त्यानं सोमवारी काढली नव्हती तर शनिवारीच. कॅश जमल्यावर सेफमध्ये ठेवायला ट्रे तयार होता. मॅनेजरच्या स्क्रोलला फरक आहे कळल्यावर शहाणे मॅनेजरच्या केबीनमध्ये गेला. तेवढ्यात वरच्या सुट्या नोटांतून पवारनं शंभराच्या तीस नोटा काढल्या. वरच्या नोटेवर पेन्सीलनं लिहिलेला आकडा तसाच होता. तो पाहून कॅश सेफमध्ये टाकली गेली.

पवारनं दरमहा हजारप्रमाणे रक्कम परत करण्याचं शहाणेजवळ कबूल केलं.

तो म्हणाला, फक्त इतर कोणाला सांगू नका.

माळी शिपायाच्या भावाला मूल होत नव्हतं. याबाबतीत मार्गदर्शन मिळावं म्हणून तो शहाणेला म्हणाला -

"मला त्या स्वामी महाराजांकडे घेऊन चला ना!"

■

लोका सांगे...

"बँकेतलं काम घरी आणून रात्रीपर्यंत करत बसता आणि सकाळी पेपर वाचत बसता! झाला का पेपर पाठ?" सौ. ची कुरकुर. "काय असतं एवढं त्या पेपरात काही कळत नाही."

"अगं या पेपरला न्यूज पेपर म्हणतात. म्हणजे नॉर्थ इस्ट वेस्ट साउथ या दिशांना काय काय चाललंय ते कळतं." मी डोकं शांत ठेवून सांगितलं.

"पुरे झालं तत्त्वज्ञान! लगेच व्याख्यान नका सुरू करू

आणि हो, मला सांगा, सव्वीस जानेवारीला मला पांढरी साडी घ्यायची ना!'' सर्व सणांना साड्या घेऊन झाल्यावर सौ. नं हा नवा राष्ट्रीय सणाचा मुहूर्त शोधून काढला!

''पांढरी साडी म्हणजे ॲम्बुलन्स साडी?'' मी.

''म्हणजे?''

''अगं, मला एकदम तो शेर आठवला -

तुम जब सफेद साडी पहनके आती हो
तो ॲम्ब्युलन्स जैसी लगती हो
वह घायलको ले जाती है
और तुम घायल कर जाती हो.''

''वा व्वा! हे पाहा, तुमच्या शेराला मी किलोभर दाद दिली आहे. आता सांगा साडी आणायची ना!'' मी जरी विषयांतर करून साडी खरेदी विषय टाळण्याचा प्रयत्न केला तरी ती मुद्याला धरून बसली होती.

''हो. घेऊ या हं साडी. पण आधी माझ्या एका प्रश्नाचं उत्तर दे पाहू. हे कांपुचीया म्हणजे काय सांग पाहू!''

''कांपुचीया, कांपुऽचीऽयाऽऽ, हां हां ती एक चायनीज डीश आहे. त्याच्या प्रिपरेशनचा काही क्लास वगैरे निघाला का?'' तिनं आपल्या अकलेचे तारे तोडून अक्कल पाजळली. ही परराष्ट्रीय प्रश्नाची बाब खुलासा करण्यापलीकडील असल्याचं ओळखून मी म्हटलं, ''हो हो. घेऊ या हं साडी सव्वीस जानेवारीला. वाटल्यास तीन घेऊ. एक भगवी, एक पांढरी आणि तिसरी हिरवी! अगदी झकास दिसतील नाही?''

''हो आणि चक्राच्या डिझाईनचा तुम्हाला मॅनीला घ्या! म्हणजे अगदी मॅचिंग होईल!'' सौ. नं माझ्या विधानावर कुरघोडी केली.

पुन्हा विषयांतराचा प्रयत्न करीत मी म्हटलं, ''बरं ते

जाऊ दे. आजचं पेपरमधलं राशीभविष्य पाहू या. माझी रास, मीन राऽस, हं. दुसऱ्यांच्या मताची कदर करा.''

हे ऐकताच आनंदाने सौ. म्हणाली, ''वा! तेव्हा आता मी काय म्हणते ते ऐका.'' तिला थांबवत मी म्हणालो, ''हो, पण अगं तुझ्या मेष राशीचं भविष्य बघ ना! 'मौनम् सर्वार्थ साधनम्' म्हणजे तोंडाचा पट्टा आवरा!''

''आणि तुमचं भविष्य बघा. दुसऱ्याच्या मताची कदर करा असं म्हटलंय ना? मघाशी मी साजूक तुपात शेवयांचा शिरा केला, तो कसा झाला काही बोललात का?'' तिनं कैफियत मांडली.

''पण खाल्ला ना! तुला किती वेळा सांगितलंय की काही बोललो नाही म्हणजे चांगला झाला आहे असं समजत जा!'' - साधा फॉर्म्युला मी सांगून टाकला.

''अहो बँकेच्या स्टाफ कॉलेजमध्ये तर व्याख्यान देत असता. 'पर्सनॅलिटी डेव्हलपमेंट, इफेक्टीव्ह कम्युनिकेशन आणि काय ते - मोटिव्हेशन' आणि घरात बघावं तर हे असं! परवा त्या दांडेकरांकडे चहाला बोलावलं होतं तर तिथं अगदी 'चकली काय खुसखुशीत झालीय, दडपे पोहेही काय चविष्ट झालेत, त्यातलं आलं आणि ओलं खोबरंही मस्त लागतंय' असं अगदी कौतुक चाललं होतं. अगदी प्रत्येक डीशला वा वा करीत होतात. आणि इथं घरात मात्र काही बोललं नाही म्हणजे चांगलं झालंय असं समजायचं काय?'' आता तिनं चक्क धारेवरच धरलं होतं.

पण मी आपलं समजुतीच्या स्वरात सांगू लागलो, ''अगं, बाहेर वागण्याच्या पद्धती वेगळ्या, घरातल्या पद्धती वेगळ्या. आता आपल्या लायन्स क्लबमध्ये सगळ्या बायकांना संबोधताना 'ग्रेशस लायन लेडीज' म्हणतात. तसं मी आपल्या घरात तुला म्हणत जाऊ का? ग्रेशस लायन लेडी, जरा चपाती

वाढता का? ग्रेशस लेडी, जरा अंघोळीला पाणी देता का?''

''पण काय हो, तुम्ही बायकांचेच तेवढं कौतुक कशाला करता हो?'' हा तिचा प्रश्न ती सोडून इतर महिला वर्गाबद्दल आहे हे मी ओळखलं.

''अगं, स्त्रियांना त्या सुंदर आहेत असं कोणी म्हणावं, त्यांचं कौतुक करावं असं नेहमी वाटत असतं. तुला ती पुण्यातली गंमत आठवते ना?''

''तुमच्या पुण्यात खूप गमती होत्या. त्यातली नक्की कोणती?'' मध्येच हिनं कोपरखळी मारली.

''एक बाई फेरीवाल्याकडून कधीही कोणतीही गोष्ट खरेदी करत नसे. त्या फेरीवाल्यांमध्ये ही बाई म्हणजे एक चर्चेचा विषय झाली होती. भांडी न्या, बेकरी प्रॉडक्ट न्या, अगदी साड्या न्या तरी नकोच म्हणायची. त्या भागातल्या साऱ्या फेरीवाल्यांच्यामध्ये हा एक चर्चेचा विषय झाला होता. त्या फेरीवाल्यांनी पैजच लावली की कोणीतरी या बाईला माल विकून दाखवायचा.''

''मग काय झालं?'' हिची उत्कंठा वाढली.

''एका हुशार फेरीवाल्यानं हा पैजेचा विडा उचलला. त्यानं त्या बाईकडे स्नो, पावडर अशी सौंदर्यप्रसाधनं नेली. तो त्या बाईच्या फ्लॅटजवळ गेला. दारावरची बेल वाजवली. त्या बाईनं रागातच दार उघडलं. ती बाई आता 'मला काही विकत घ्यायचं नाही' असं म्हणायच्या आतच हा फेरीवाला म्हणाला 'मुली! तुझी आई कुठंय? तिनं ही कॉस्मेटीक्स आणायला सांगितली होती!' आपल्याला मुलगी म्हटल्यावर ती इतकी खूश झाली की तिनं भराभर खरेदी केली.''

''विनोद चांगला आहे.'' सौ. दाद देत म्हणाली, ''पण मी म्हणते तुमचे हे ज्ञान घरात का नाही वापरत? ते शेजारचे जांभेकर बघा. बँकेत जाताना बायकोला अगदी प्रेमानं जवळ

घेतात. विश करतात. नाहीतर तुम्ही! घेतली बॅग हातात की चालले पळत बँकेत.''

"अगं, माझी मिसेस जांभेकरांची अजून इतकी ओळख झालेली नाहीए!'' मी बाँबच टाकला.

"हो हो कळलं. स्वत:च्या बायकोकडेही परस्त्रीसारखं प्रेमानं बघायला शिका! आणि काय हो आज अगदी पी.जे. चाललेत!''

"पी. जे. म्हणजे काय?'' माझी शंका.

"पी. जे. म्हणजे पुअर जोक्स. जी. जे. म्हणजे गुड जोक्स.'' तिचं निरूपण.

"तुझा शॉर्टहँडचा कोर्स झालाय का? सकाळी उठल्यावरसुद्धा जी. एम. म्हणतेस. म्हणजे गुड मॉर्निंग!'' मी एक शाब्दिक चिमटा काढला.

"हो हो. शॉर्टहँडचा कोर्स झालाय. आणि आता तुमचं भाषण लांबलं की म्हणणार के आय डबल एस. किस! म्हणजे कीप इट शॉर्ट स्टुपीड!''

एवढ्यात फोनची रिंग वाजली. अपॉईंटमेंटशिवाय आपल्या घरात कोणाला घुसायचे असेल तर फोनचं माध्यम चांगलं आहे. मोबाईलमुळं टॉयलेटमध्येही फोन घेणारे आहेत. तेवढंसुद्धा स्वातंत्र्य राहिलं नाही.

मी फोन उचलला. "कोण, जोशीसाहेब का? नमस्कार. मी भुर्के बोलतोय... हो हो थँक्यू! येतोय. नक्की येतो. थँक्स फॉर द इन्व्हीटेशन.'' मी फोन ठेवत हिला आताच्या संभाषणातले मॅनर्स कसे वाटले म्हणून विचारलं.

"त्या जोशींच्याकडे चहाला जायचंय ना?'' हिचं वेगळंच उत्तर.

"अगं कोणाकडे जायचंय का कोणी आपल्याकडे यायचंय इकडंच आपलं तुझं लक्ष. मी तुला मॅनर्स विचारले. मी

फोनवर बोलताना त्यांना जोशीसाहेब म्हटलं. मी असं नाही म्हटलं की कोण जोशी का? मी भुर्केसाहेब बोलतोय. प्रत्येक माणसाच्या इतरांकडून अपेक्षा असतात. त्या अपेक्षा लक्षात घेऊन आपण वागावं लागतं.''

''अहो म्हणजे खोटंच बोलायचं ना?'' हिचा परखड सवाल.

मी सावरून घेत बाजू मांडण्याचा प्रयत्न सुरू ठेवला, ''अगं, नेहमी खरंच बोलायचं ठरवलं तर हे जीवन जगणं असह्य होईल. आता उदाहरणच द्यायचं झालं तर हे पाहा- आपण आपला आवडीचा कार्यक्रम टीव्हीवर बघतोय. त्याच वेळी अचानक कुणी आलं तर आपण असं म्हणत नाही की आम्ही 'सारेगम' हा कार्यक्रम बघतोय आणि आता तुमच्याशी बोलायला वेळ नाही. तर आपण काय म्हणतो? या! या! या! अलभ्य लाभ. आपण आलात हे बरं झालं. अहो, हे इडियट बॉक्स नेहमीचंच आहे.''

या वादविवाद स्पर्धेत आता सौ. ही आपले विचार प्रभावीपणे मांडू लागली, ''हे सगळं तत्त्वज्ञान त्या डेल कार्नेजीनं त्याच्या 'हाऊ टू विन फ्रेंड्स अँड इन्फ्लुअन्स पीपल' या पुस्तकात लिहून ठेवलंय. तेच तुम्ही मला ऐकवणार? पण त्या डेल कार्नेजीनंही जीवनाला कंटाळून शेवटी आत्महत्याच केली ना? शेवटी थेअरी आणि प्रॅक्टिकल यात फरक असतोच ना? एकदा एक नावाडी एका होडीतून जात होता त्यात एक विद्वान पंडित प्रवासी म्हणून बसला होता. त्या पंडितांनी नावाड्याला विचारलं की, तू रामायण वाचलंस का नाही? नावाडी नाही म्हणताच पंडितजी म्हणाले, तुझं चार आणे आयुष्य वाया गेलं. बरं गीता तरी वाचलीस का? तेही नाही म्हटल्यावर पंडितजी म्हणाले, तुझं आठ आणे आयुष्य वाया गेलं. आता महाभारत तरी वाचलंस ना? अरेरे हेही वाचलं

नाहीस मग तुझं बारा आणे आयुष्य वाया गेलं. एवढ्यात त्या होडीला एक भोक पडलं आणि नदीतलं पाणी होडीत येऊ लागलं. नावाड्यानं पंडितजींना विचारलं की पोहायला येतं ना? ते नाही म्हणताच नावाडी म्हणाला, पंडितजी आता तुमचं सोळा आणे आयुष्य वाया गेलं!''

सौं.चं एवढं वक्तव्य ऐकल्यावर मी प्रतिसाद दिला- ''वा व्वा! काय पंडित आहेस गं? मी तेच सांगतोय. आता थेअरी प्रॅक्टीसमध्ये आणायची. कोणी नवीन कपडे घालून आलं असलं की त्याला विचारायचं की केव्हा घेतला, केवढ्याला घेतला, कोठून घेतला. अगं आपण त्या कपड्याबद्दल काहीच विचारलं नाही ना तर मग तो स्वत: होऊन पुढं येतो आणि म्हणतो 'कसा काय वाटला हा ड्रेस?' त्यावर मग आपण नवीन घेतला का, विचारणं बरं नाही.''

हिनं मला सावध करत म्हटलं, ''अहो हे कपड्याबद्दल ठीक आहे. नाहीतर तुम्ही साड्यांबद्दल लागाल बोलायला.''

''अगं असं तुझ्या देखत कसं विचारेन?'' मी बिनधास्त सांगून टाकले.

''काय म्हणालात?'' जरा दरडावलंच हिनं.

''मी म्हटलं बायकांबद्दल असं कसं म्हणेन मी.'' मी सावरलं, ''यावर तुला एक शेर ऐकवतो-

मर्दसे औरतकी इज्जत होती है जादा
बन्सी चुमी जाती है
तबला ठोका जाता है.

''वा!'' सौ. नं दाद दिली. ''बरं, दुसऱ्यांच्या कपड्यांचं कौतुक करायचं, खाद्य पदार्थांचं कौतुक करायचं, आणखी काही?''

आता मी उत्साहात आलो होतो, ''दुसऱ्यांच्या मुलांबद्दल

चांगलं बोलावं.''

"ती काय सुरेख दिसतात. काय सुरेख खेळतात. त्यांनी मिळविलेली बक्षिसं हे सारं बोलू हं! आणि काय हो, दुसऱ्यांच्या कुत्र्यांबद्दलही बोलायचं का?''

अति उत्साहात मी सांगत सुटलो, "हो तर! अगं त्या भोसल्यांची ज्युली कुत्री!''

मला अडवत पुढचं हिनंच सांगितलं, "त्या ज्युलीवर कोणीतरी ओरडलं तर केवढा राग आला त्यांना. ज्युलीचा फेस किती स्माइलिंग दिसतो म्हटल्यावर भोसले वहिनींचाही चेहरा अगदी स्माइलिंग झाला! असं चांगलं बोललंच पाहिजे. नाही तर तुमचे काळे. त्यांना पुष्प प्रदर्शन पाहायला नेलं तर इतके सारे गुलाब बघून ते म्हणाले या साऱ्या गुलाबांचा किती छान गुलकंद होईल! यावर त्या गार्डन क्लबचे सेक्रेटरी 'हेची फल काय मम तपाला' असा चेहरा करून पाहत बसले!''

"हो, हो! या शिवाय मी माझ्या मित्रांचे, सहकाऱ्यांचे बर्थ डे नोंदवून ठेवलेत, हे पाहा त्यांना मी आता ही भेटकार्डे पाठविणार आहे.'' मी माझी योजना सांगितली. यावर सौ. आठवण करून देत म्हणाली, "पाहा हं. सगळ्या जवळच्या लोकांच्या तारखा नोंदवल्यात ना? कोणाचे वाढदिवस राहायला नको.''

मी आत्मविश्वासानं सांगू लागलो, "छे, छे! शक्यच नाही. दुसऱ्यांचा विचार करण्याची मी संधी कधीही गमावत नाही आणि आज तर माझ्या राशीभविष्यातही तशी सूचना आहे. दुसऱ्यांच्या मताची कदर करा.''

"बरं आता मी आत जाते. स्वयंपाकाला लागायचंय.''

"ठीक आहे.'' मी.

"इतका वेळ तुम्ही मला दुसऱ्यांचा आदर करायला

सांगत होता. आता मी तुम्हाला ऐकवणार आहे. प्रथम तुम्ही आरोपीच्या पिंजऱ्यात उभे राहता तसे इथं उभे राहा. आज तारीख किती?''

मी केविलवाण्या स्वरात, ''एकोणीस जानेवारी.''

''या तारखेचं काय महत्त्व?'' हिचा वकिली थाटात प्रश्न.

''काही सांगता येत नाही.'' माझी कबुली.

''याच तारखेला काही वर्षांपूर्वी काही घडलं होतं का?'' हिची फेरतपासणी.

''काय बरं?''

''तुम्हाला घरच्यांचे वाढदिवस लक्षात राहत नाहीत.'' हिचा आरोप.

''हो हो! आज तुझा वाढदिवस नाही का?'' तिचा हात हातात घेत मी म्हटलं, ''मेनी मेनी हॅपी रिटर्न्स ऑफ द डे.''

हिचा राग काही गेलेला नव्हता, ''नको असताना उगीच हातात हात घ्यायला नको. आधी पुढचा आरोप ऐका. तुम्हाला मुलानं जरा क्रिकेट खेळायला बोलावलं तर तुम्ही त्याला वेळ नाही सांगता. आणि दुसऱ्यांच्या मुलांचं कौतुक करा सांगता. सतत नन्नाचा पाढा वाचण्यापेक्षा एक दोन बॉल टाकून तुम्ही ऑफिसला गेला तर चालते ना! स्वत:च्या मुलालाही मन आहे हे तुम्ही विसरता असा तुमच्यावर आरोप आहे...

''...तुमच्यावर तिसरा आरोप आहे. तुम्ही म्हणालात की दुसऱ्यांच्या कपड्याचं कौतुक करायचं. पण तुमची धर्मपत्नी नवी साडी नेसून इथं अख्खी उभी आहे तर तुमचं लक्षही गेलं नाही. एक अक्षरही तोंडातून निघालं नाही.''

''अरे खरंच की, नवी साडी आहे नाही का?'' माझा केविलवाणा प्रयत्न.

"आरोप क्रमांक चार. घरात दिवसभर खपून पदार्थ तयार केल्यावर त्याचं तुम्ही कौतुक करत नाही. तोच पदार्थ शेजारच्या पाठक काकूंकडून आलाय सांगितलं की मात्र तुम्ही अगदी 'वा व्वा!' करून मिटक्या मारत खाता."

"..." मला बोलायला शब्दच नव्हते.

"आता गप्प का? तुम्हाला हे आरोप मान्य आहेत असं मी मानते आणि पुढील शिक्षा सुनावते-

"तुम्ही लिहिलेल्या 'डिलींग वुइथ पीपल' या पुस्तकाला राज्यशासनाचा पुरस्कार प्राप्त झालाय. याबद्दल मुलांनी आणि मी तुमच्यासाठी भेटवस्तू आणली आहे. तुमच्या आवडीचे पॅटीस घरातच केलेत. चला आपण सेलिब्रेट करू या. 'मोटिवेटेड मेन आर अॅसेट टू ऑर्गनायझेशन' हे घरापासून सुरू करू या. म्हणतात ना- लोका सांगे ब्रह्मज्ञान आपण कोरडे पाषाण!"

■

नातवासारखी प्रेमळ बँक

"माझी पेन्शन आलीय का?" उत्सुकतेनं बँकेचे खातेदार विचारत होते.

"तुम्ही जिवंत असल्याचं लाईफ सर्टिफिकेट आणलंय का?" नियमानुसार बँकेतल्या क्लार्कची विचारणा.

"अहो पण मी जिवंत आहे म्हणूनच तर तुमच्याशी बोलतोय ना?"

त्याच्या पायाकडे क्लार्कनं पाहिलं. ते काही उलटे नव्हते. म्हणजे हे काही भूत नाही. तरीही तो म्हणाला, "आम्हाला नियम मोडता येत नाही."

"पण मी फक्त माझी ओळख दिली तर?"

"नाही चालणार! आमच्या रेकॉर्डला लाईफ सर्टिफिकेट

हवंच.''

शेजारी उभ्या असलेल्या काळे सरांना हा सारा प्रकार विनोदीच वाटला. ते त्या पेन्शनरला म्हणाले,

''अहो हे काहीच नाही. मागे एका पेन्शनरनं २००१ चं लाईफ सर्टिफिकेट दिलं तर बँकेतला क्लार्क म्हणाला, २००० चं लाईफ सर्टिफिकेट राहिलंय तेही आणा!''

बँकेतले नियम, त्यामुळं होणारी खातेदारांची गैरसोय याबरोबरच हजारो खातेदारांची कामंही होत असतात म्हणूनच बँकेबद्दल चांगलं बोलणारेही भेटतात.

काळे सरांनी त्या पेन्शनरची समजूत काढली. ते म्हणाले, ''बँक ही चिंचेसारखी असते. आंबट-गोड. खावीही वाटत नाही पण टाकावीही वाटत नाही!''

चिंचेच्या उदाहरणानंसुद्धा पेन्शनरला खोकला झाला की काय कोणास ठाऊक. तो खोकतच बँकेबाहेर आपण जिवंत असल्याच्या शोधात बाहेर पडला. 'आपली आपुलकीची बँक' अशी बिरुदावली लावलेल्या या मॉडर्न बँकेत खातं असल्याचा काळे सरांना अभिमान वाटत होता. गावात आणखी एक नवी बँक सुरू झाली तेव्हा त्या बँकेचे मॅनेजर काळे सरांना एक नवीन खातं उघडा म्हणून विनंती करायला आले होते. त्या बँकेत तर असा बोर्ड लावला होता की 'आम्हीही आपुलकीनं वागतो' तरीही काळे सरांनी आपली पहिली बँक सोडायला नकारच दिला.

काउंटरवरच सर्व कामं होत असल्यामुळं काळे सर मॅनेजरना भेटायला येत नसत. पण त्या दिवशी ते मुद्दाम मॅनेजरना भेटले आणि म्हणाले, ''मला माझ्या मित्रानं एक सहा हजार रुपयांचा चेक दिलाय. तो मुंबईवरील शाखेचा आहे. आज जमा केल्यास पैसे किती दिवसांत मिळतील?''

''पंधरा दिवसांत!'' मॅनेजरनी अदबीनं सांगितलं.

बँकेतून बाहेर पडल्यावर काळे सर थेट त्यांच्या फॅमिली डॉक्टर आगाशे यांच्याकडे गेले. त्यांना म्हणाले,

"माझा मुलगा ओंकार याला सायकल अपघातात पायाला लागलं तेव्हा आपणच त्याच्यावर आवश्यक ते सर्व वैद्यकीय उपचार केलेत. त्याला फार मोठ्या संकटातून वाचवलंत. मी आपला ऋणी आहे. आपलं बिल किती झालंय?"

"चार हजार रुपये." डॉक्टर.

"माझ्याजवळ पुरेसे पैसे नाहीत. मी माझ्या मित्राकडे उसने पैसे मागितले- त्यानंही त्वरित हो म्हटलं. पण रोख पैशांऐवजी चेक दिला आणि तोही मुंबईवरचा. आजच मी तो चेक माझ्या बँक खात्यात भरला आहे. तेव्हा तुम्हाला पंधरा दिवसानंतरचा चेक देऊ का?"

"पोस्ट डेटेड चेक नको. तुमचा मुलगा बरा झाला यात डॉक्टर म्हणून मलाही आनंद झालाय. तुम्ही मुंबईचा चेक वसूल झाला की मग मला चेक द्या!" डॉक्टरांनी मनाचा मोठेपणा दाखविल्याचं समाधान काळे सरांच्या डोळ्यांत तरळत होतं.

पंधरा दिवसांनी काळे सरांनी बँकेत येऊन विचारलं, "मुंबईचा चेक जमा झाला का?"

"नाही!" बचत खात्याच्या काउंटरवर बसणाऱ्या क्लार्कनं सांगितलं.

काळे सर थोड्या काळजीतच ब्रँचच्या बाहेर पडले. त्यांच्या मनात विचारांची चक्रं फिरू लागली- 'पंधरा दिवसांत पैसे देतो असं सांगून आलो होतो. आता डॉक्टर आगाशेंना काय सांगणार? आज चेक द्यायला जमणार नाही सांगण्यापेक्षा न गेलेलंच बरं.' असं म्हणून सर शाळेत गेले. वर्गावरही आज त्यांचं नेहमीप्रमाणं मन लागत नव्हतं. मधूनच डॉक्टर आगाशे आणि त्यांना द्यायचं बिल यांची आठवण त्यांच्या

मनात पिंगा घालत होती.

दुसरे दिवशी बँकेला रविवारची सुट्टी होती.

सोमवारी पुन्हा सरांनी बँकेत येऊन विचारणा केली.

"माझा मुंबईचा चेक आला का?"

"तुम्ही कोणाला दिलेला का तुम्हाला कोणी दिलेला?"

"अहो मी माझ्या खात्यात भरलेला. मुंबईहून यायचाय."

"अजून नाही आला!"

"अहो पण पंधरा दिवसांत जमा होईल म्हणाला होतात. आज आता अठरा दिवस होत आले."

"चेक पास होऊन आला नाही हे खरं. तुम्ही दोन दिवसांनी या."

सरांची अस्वस्थता चांगलीच वाढली होती. आता डॉक्टरांच्याकडं जायचं कसं हीच त्यांना विवंचना होती. त्यांच्याकडं जायचं ते बिलाचा चेक घेऊनच, तोपर्यंत त्यांच्याकडं जाण्यात काहीच अर्थ नाही असा विचार करून ते घरीच काळजी करीत बसले. एखाद्या गोष्टीची काळजी करत असताना जर निश्चित प्रयत्न करण्यासारखं काही नसेल तर काळजीची तीव्रता वाढतच जाते. तेच सरांच्या बाबतीत होत होतं. दोन दिवस थांबायचं म्हणजे दोन महिन्यांचा कालावधी असल्यासारखं त्यांना वाटत होतं. दोन दिवसांनी ते बँकेत येऊन पाहतात तर बँक बंद!

दारावरच पाटी झळकत होती- 'सार्वत्रिक संपामुळे आज बँक बंद राहील.' सरांची काळजी आणि चेक वसुली विलंबनामुळं आलेला राग हा चक्रवाढ गतीनं वाढत होता. पण त्यांचा इलाज नव्हता. जेव्हा एखाद्या गोष्टीवर इलाज नसतो तेव्हा एकच इलाज असतो! तो म्हणजे नाइलाज!

पुन्हा चेकवसुली काउंटरवर दुसरे दिवशी विचारणा केली तर तेथील क्लार्कनं कमालच केली,

“अहो रोज काय विचारता चेक जमा झाला का? जमा झाल्यावर आम्ही क्रेडिट अॅडव्हाइस पाठवू!”

“अहो पैशांची निकड आहे म्हणून मी रोज येतोय. दोन आठवड्यात चेक वसूल होऊन येईल असं तुमच्या मॅनेजरनी सांगितलं होतं. आता तीन आठवडे झाले! आणि वर तुम्हीच विचारता रोज कशाला येता?” सरांचा साठलेला राग आज बाहेर पडायला लागला होता.

“तुम्हाला जर मॅनेजरनी सांगितलं होतं तर त्यांनाच भेटा.”

“प्रत्येक गोष्ट मॅनेजरकडं जायला नको म्हणून तुम्हाला विचारलं. आता एवढा वेळ झालाय की त्यांना भेटण्याखेरीज गत्यंतरच नाही.” असं म्हणून सर मॅनेजरच्या केबीनमध्ये घुसले.

“माझा चेक अजून पास होऊन आला नाही.” सर.

“आजच एक स्मरणपत्र पाठवतो.” मॅनेजर.

“आता ते पत्र मुंबईला जाणार कधी आणि मग चेक पास होऊन येणार कधी?”

“बरं, मी फोन करतो.”

“ठीक आहे. पण जरा काम लवकर होईल असं पाहा.” निराशेनंच सर बँकेबाहेर पडले. आपण डॉक्टरांना पैसेही देत नाही आणि भेटतही नाही यामुळं त्यांची चलबिचल चांगलीच वाढली होती.

दुसरे दिवशी मॅनेजर सकाळी लवकरच बँकेत कामाला आले होते. आलेलं टपाल पाहत असतानाच त्यांना काळे सरांच्या चेकचा रिअलायझेशन अॅडव्हाईस पाहायला मिळाला. चला! एकदाचा तो चेक पास होऊन आला तर! जरी काळे सरांच्या घरी फोन नव्हता तरी ते जिथं नोकरी करीत होते त्या शाळेत फोन होता. डिरेक्टरीमधून त्यांनी फोन नंबर शोधून

काढला. शाळेत फोन लावला तर सर वर्गावर गेले होते. त्यांना संपर्क साधण्याविषयी निरोप ठेवला. सर वर्गावरून येताच त्यांचाच फोन बँकेत आला. मॅनेजरनी चेक पास होऊन आल्याची सुखद घटना सांगितली.

काळे सरांनी सुटकेचा निःश्वास टाकला. हेडमास्तरांची परवानगी घेऊन ते बाहेर पडले. तडक डॉक्टर आगाशेंना गाठलं आणि म्हणाले, "डॉक्टरसाहेब, मी तुम्हाला चार हजार रुपये पंधरा दिवसांत देतो म्हणालो होतो. पण मुंबईहून चेक पास होऊन यायला इतका वेळ झाला. आता चेक पास होऊन आल्यामुळं मी माझ्या खात्यावरचा चेक तुम्हाला देतो. वेळ झाल्याबद्दल क्षमा असावी."

त्यावर डॉक्टर म्हणाले, "तुम्ही पंधरा दिवसांनी पैसे देतो म्हणालात. त्यानंतर वेळ लागणार होता तर तसं सांगायला पाहिजे होतं. तोपर्यंत आम्हाला तुमच्याबद्दल अविश्वास वाटायला लागला होता. काय असेल ते सांगत राहावं. त्यामुळं गैरसमज टळतात."

डॉक्टर शरीराचेच नव्हेत, तर मनाचेही उपचार करणारे आहेत असं वाटत होतं. काळे सरांनी दिलेला चेक डॉक्टरांनी कंपाउंडरला देऊन बँकेतून रोख रक्कम आणण्यास सांगितलं.

कंपाउंडरनं बँकेत प्रवेश केला. सेव्हिंग्ज काउंटरवर चेक दिला. टोकन घेतलं आणि टोकन इंडिकेटर आपला नंबर टींग टाँग बेल ऐकवत केव्हा दाखवतोय याची प्रतीक्षा करत बसला.

सेव्हिंग्ज काउंटरवरच्या क्लार्कनं त्या कंपाउंडरला बोलावून घेतलं. चेक परत दिला व टोकन परत मागितलं. कंपाउंडर क्लार्कच्या तोंडाकडं पाहतच राहिला. त्याची प्रश्नार्थक मुद्रा पाहून क्लार्क म्हणाला, "खात्यात पैसे नाहीत. म्हणून चेक परत करतोय."

“अहो खात्यात पैसे नाहीत असं व्हायचं नाही. काळे सर असा चेक कधी द्यायचे नाहीत.”

“ते आता तुम्ही सरांनाच विचारा!” असं म्हणत त्यानं टोकन परत घेतलं.

कंपाउंडर मनात म्हणत होता की रोग्यांवर इलाज करणारे आमचे डॉक्टरसाहेब असले तरी बँकेपुढं काही इलाज नाही! दवाखान्यात परत येऊन त्यांनी चेक डॉक्टरांना दिला. चेकचे पैसे न मिळाल्यामुळे डॉक्टरांच्या तळपायाची आग मस्तकाला गेली. त्यांनी त्वरेनं काळे सरांना बोलावून घेतलं आणि त्यांची वाणी आग ओकू लागली,

“मी प्रथम पैशाचा आग्रह न धरता तुमच्या मुलावर तातडीनं उपचार केले. औषधालासुद्धा तुमच्याकडे पैसे नव्हते म्हणून माझ्याजवळची औषधं मी वापरली. तुमच्या मुलाला डिसचार्ज देतानाही बिलाच्या पैशाचा आग्रह धरला नाही. पंधरा दिवसांनी पैसै देतो म्हणालात त्यालाही मान्यता दिली. पंधरा दिवस होऊन गेले तरी पुन्हा साधं सांगायलाही आला नाहीत. आता इतक्या उशिरा चेक दिलात तोही बोगस! स्वत: शिक्षक असून असे खोटे चेक कशाला फाडता? तो चेक खात्यात पैसे नाहीत म्हणून परत आलाय. या कारणासाठी मनात आणलं तर मी तुमच्यावर फौजदारी गुन्हाही करू शकतो.” डॉक्टरांनी तोफेचा भडिमारच केला होता.

काळे सरांना असं कसं झालं हेच लक्षात येईना. ते समजावणीच्या सुरात डॉक्टरांना सांगू लागले, “अहो माझा मुंबईचा चेक पास झाला हे स्वत: बँक मॅनेजरनी मला सांगितले. म्हणूनच मी आपल्याला चेक दिला. मी आत्ताच बँकेत जातो आणि काय झालं ते पाहतो. कृपया माझ्याबद्दल गैरसमज करून घेऊ नका.”

काळे सर काळजी आणि राग या दोहोंनी भरून गेले

होते. सुसाट वेगानं बँकेजवळ आले. तरातरा पायऱ्या चढून मॅनेजरकडे गेले. आपली तक्रार मांडू लागले, "अहो तुम्ही मला चेक पास होऊन आला सांगितलंत. म्हणून मी माझ्या खात्यावरचा चेक डॉक्टरांना दिला. तर खात्यात पैसै नाहीत म्हणून चेक परत केला? माझी डॉक्टरांकडे काय पत राहिली?"

मॅनेजरनी आलेलं टपाल पाहिलं आणि झालेला घोटाळा त्यांच्य लक्षात आला. ते म्हणाले,

"तुमचा चेक पास होऊन आला हे खरंच आहे. म्हणूनच मी त्वरेनं तुम्हाला फोन करून सांगितलं पण इथं आज आलेले चेकचे ॲडव्हाईस दुपारी कामासाठी घेतात. मग त्याची जमा उद्या मिळते. तेव्हा उद्या तुम्ही पैसे घ्या."

काळे सरांना काही हा खुलासा पटला नव्हता. ते म्हणाले - "अहो आधीच तीन आठवड्याचा वेळ चेक पास होऊन यायला लागला. मला पैशाची गरज आहे हे तुम्हाला माहिती होतं. तुम्ही माझ्या एका चेकची तरी आज जमा देऊ शकला असतात. आता उद्या तरी पैसे द्या म्हणजे झालं."

सर पुन्हा डॉक्टरांकडे आले आणि म्हणाले, "तुम्हाला झालेल्या त्रासाबद्दल मी दिलगीर आहे. कृपया हा चेक आपण उद्या काउंटरवर पुन्हा प्रेझेंट करा. नक्की पैसे मिळतील."

डॉक्टर म्हणाले, "माझा आता तुमच्यावर विश्वास राहिलेला नाही. पण आता मलाही वसुली करण्याखेरीज इलाज नाही. उद्या चेक बँकेत पाठवतो."

पुन्हा कंपाऊंडर चेक घेऊन बँकेत आला. सेव्हिंग्ज काउंटरवर गेला. चेक क्लार्ककडे देऊन टोकन घेतले आणि टोकन इंडिकेटरच्या इशाऱ्याची वाट पाहत बसला.

सेव्हिंग्जच्या काउंटरवरून कंपाऊंडरला बोलावण्यात आले. क्लार्क कुत्सितपणे हसत म्हणाला,

"अहो कालच सांगितलं ना की खात्यात पैसे नाहीत म्हणून!"

“अहो पण आज चेक पास होतोय का पाहा.”

“नाही! खात्यात बॅलन्स नाही. हा घ्या चेक परत. आणा ते टोकन इकडं!”

टोकन टोच्यात अडकवत कंपाउंडरच्या पाठमोऱ्या आकृतीकडे कुत्सित नजरेनं त्यानं पाहिलं.

सकाळपासून रोग्यांचे त्रासिक चेहरे पाहण्याची सवय असणाऱ्या कंपाउंडरला आज डॉक्टरांचा त्रासिक चेहरा पाहायला मिळाला होता. त्यांनी चेक परत केल्यावर डॉक्टर चांगलेच खवळले.

“बोलवा त्या खोटारड्या मास्तराला.”

कंपाउंडरनं डॉक्टरांचा अवतार पाहून तोंडातून ब्रही काढला नाही. तडक शाळेत जाऊन सरांना घेऊन डॉक्टरांकडे परत आला.

“शिक्षण क्षेत्रात माजलेल्या बजबजपुरीबद्दल सारख्या बातम्या कानावर येत असतात. पण तुम्हीही इतके थापेबाज असाल असे वाटले नव्हते. काल सांगितलेत म्हणून मी आज पुन्हा बँकेत चेक पाठविला. तुमच्या खात्यात पैसे नाहीत म्हणून तो परत आलाय. मी आता तो चेक पुन्हा बँकेत भरणार नाही. तुम्ही रोख पैसे आणून द्या आणि चेक परत घेऊन जा. मला आपल्याशी फार काही बोलण्याची इच्छा नाही. शिक्षक या व्यवसायाला तुम्ही कलंक आहात.”

काळे सरांना बँकेत हे काय होतंय तेच कळेना. ते डॉक्टरांना म्हणाले, “तुम्ही रागावणं साहजिक आहे. मी काय घोटाळा झालाय हे बँकेत जाऊन बघतो. तुम्हाला रोख रक्कमच देतो.” असं म्हणून सर बँकेत आले.

रागानं ते लालबुंद झाले होते. त्यांनी मॅनेजरला घडला प्रकार सांगितला.

टेबलावर हात आपटत त्यांनी विचारलं, “बँकेत हे चाललंय काय?”

मॅनेजर स्वत: उठून सेव्हिंग्ज क्लार्ककडे गेले. लेजर उघडून पाहतात तर खरंच खात्यात चेक जमा नव्हता. त्यामुळं पुरेशी रक्कमही नव्हती. त्यांनी चेक वसुली काउंटरवर जाऊन पाहिलं तर चार हजार रुपयाचं व्हाऊचर तयार करून ऑफिसरकडे चेकिंगसाठी पाठविलं होतं. ते ऑफिसरकडं गेले. त्यांनी ट्रान्सफर स्क्रोल मधून ते व्हाउचर पास केलं होतं. मग तो स्क्रोल सेव्हिंग्ज काउंटरला का आला नाही याचा शोध सुरू झाला.

काळे सर अस्वस्थतेनं हे सारं पाहत होते.

ऑफिसरनं स्क्रोल बाजूच्या लाकडी स्टुलवर ठेवला होता. तो शिपायानं उचलून नेलाच नव्हता! त्यामुळं सेव्हिंग्ज काउंटरवर जमेचं व्हाउचर पोहोचलं नव्हतं. खात्यात जमा झाली नव्हती. मॅनेजरनी त्वरेनं चेकचे पैसे जमा करून दिले. झाला प्रकार काळे सरांना सांगितला. वास्तविक त्यांनी तो आधी पाहिलाच होता.

"मला माझं खातं बंद करायचंय." काळे सरांची स्वाभाविक प्रतिक्रिया.

"चूक झाली. पण खातं बंद करू नका." ऑफिसर.

"तुम्ही जर मला आत्ताच्या आत्ता खातं बंद करू दिलं नाहीत तर मी तुमच्या चेअरमनला तार करून तुमच्याविरुद्ध तक्रार करेन."

"अहो असं करू नका."

"मी आत्ता समोर पोस्टातून चेअरमनला तार करतो." असं म्हणून काळे सर बाहेर पडलेही. ऑफिसरनं शिपायाला सांगितलं, "पोस्टात जा. काळे सर खरंच तार करताना दिसले तर त्यांना बँकेत घेऊन ये. खातं बंद करून देतो सांग. पण जर तार करत नसतील तर काही बोलू नकोस. मग खातं सुरू राहील!"

पोस्टाचा तारेचा फॉर्म सर लिहीत असताना शिपायानं पाहिलं. अन् त्यांनी ऑफिसरचा निरोप सरांना सांगून चेअरमनला तार करण्यापासून परावृत्त केलं.

काळे सर बँकेत आले. त्यांचा रागावलेला आणि त्रासिक चेहरा पाहून त्यांना पुन्हा समजावण्याचं धाडस कोणालाही झालं नाही. खातं बंद केलं. गेल्या वीस वर्षांचे ग्राहक आणि बँक यांचं नातं संपुष्टात आले.

पुढं एक महिन्यांनी दिवाळी आली. दिवाळी म्हणजे आनंदाचा सण. आप्तस्वकीय, हितचिंतक, ग्राहक यांना भेटकार्ड पाठविण्याचा सण. या शाखेनंही अशीच भेटकार्डे पाठविण्याची मोहीम राबविली होती. मोठ्या खातेदारांना पाठवायची भेटकार्डे तयार झाली. तेवढ्यात ऑफिसर म्हणाला,

''काळे सरांनी महिन्यापूर्वी खातं बंद केलं. त्यात त्यांची काही चूक नाही. चूक आपलीच होती. सध्या खातं नसलं म्हणून काय झालं. त्यांना एक दीपावली शुभेच्छा भेटकार्ड पाठवू या.'' भेटकार्ड पाठवलं गेलं.

अनपेक्षित आलेलं भेटकार्ड पाहून काळे सरांचं मन गहिवरून आलं. मनात विचारमंथन सुरू झालं, 'डॉक्टरांकडून मला अपमानित व्हावं लागलं. त्याला कारणीभूत हीच बँक! पण मला वीस वर्षं सेवा दिली ती हीच बँक! बँकेतल्या एक-दोन माणसांच्या चुकीमुळं मला त्रास झाला. पण त्यात बँकेची काय चूक?'

सर बँकेत आले. त्यांना पाहून सर्व स्टाफला आनंद झाला. सर म्हणाले - ''गेली वीस वर्षं मी या बँकेत येत होतो. त्या दिवशी रागानं मी खातं बंद केलं. या बँकेत माझं येणं बंद झालं. मी जेव्हा जेव्हा या बँकेच्या दारावरनं जायचो तेव्हा मी अस्वस्थ व्हायचो. अरे आपल्याला या बँकेत आता जाता येत नाही. आपली परिचित माणसं असून भेटता येत

नाही. ही वास्तू आणि इथली माणसं यांच्याशी एक दृढसंबंध निर्माण झालेला होता. तो कायमचा तुटणं मनाला भावत नव्हतं. वडिलांचं मुलाशी भांडण झाल्यावर तो वेगळं राहतो. त्याच्या मुलाशी म्हणजेच नातवाशी आजोबांना भेटता बोलता येत नाही. तेव्हा जशी आजोबांना अस्वस्थता येते तशी अस्वस्थता मला या बँकेवरून जाताना येत होती. पण मीच आग्रहानं खातं बंद केल्यानं बँकेत येता येत नव्हतं. तुमचं हे दिवाळीचं भेटकार्ड आलं आणि मन प्रेमानं भरून आलं. मी खातं बंद केलं असतानाही तुम्ही भेटकार्ड पाठवलंत हा तुमच्या मनाचा मोठेपणा. त्यामुळं मला आपल्या बँकेत पुन्हा येण्याची संधी मिळाली. आता माझं खातं पुन्हा सुरु करा. नातं पुन्हा जोडा!''

■

गरिबाची श्रीमंत मुलाखत

"तुमने पुकारा और हम चले आये. बोल! आज आल्याआल्याच काय काम काढलंय?" संजय कदम आज एकदम खुशीतच दिसत होता. वार्ताहराला साजेशीच खांद्यावरील शबनम सारखी करत त्यानं अरुण पानसेला विचारलं. चाळीस हजार खप असलेल्या साप्ताहिक जनप्रभाचे उपसंपादक म्हणजे मोठी प्रेस्टिजिअस पोस्ट. तरीही स्नेहलुब्ध संबंधामुळं संजय अरुणला, त्याच्या बॉसला एकेरीनेच संबोधत असे.

"अरे कामच तसं महत्त्वाचं आहे. तू दर आठवड्याला एका लोकप्रिय व्यक्तीला गाठून त्याच्याबद्दलची वैयक्तिक

माहिती जमवतोस आणि आपल्या साप्ताहिकातलं ‘मी असा आहे’ हे सदर चालवतोस.''

त्याला अडवतच संजय उत्साहात म्हणाला,

''चालवतो म्हणजे, आज सर्वांत जास्त रिस्पॉन्स मिळणारं सदर आहे. पब्लिकला काय एखादा नट अभिनय कसा करतो यापेक्षा त्याला खायला काय आवडतं, त्याचा आवडता पोशाख कोणता असल्या गोष्टी जास्त आवडतात.''

''मी कुठं नाही म्हणतोय. पण हे पत्र बघितलंस का?''

''कोणाचं आहे?''

''अंक विकत घेऊन वाचणारा एक वाचक - असं पत्राखाली लिहिलंय!''

''म्हणजे उसना अंक मागून आणून वाचणाऱ्यांवर याचा राग दिसतोय.''

''पण त्यानं पत्र लिहिलंय ते तुझ्या ‘मी असा आहे’ या सदराबद्दल.''

''काय म्हणतोय काय हा किंमत चुकती करणारा मौल्यवान वाचक?''

''तुमच्या या सदरातील बहुतांशी लेखकांची घरची मूळ आर्थिक स्थिती वाईट कशी होती? घरची सुस्थिती असली तर वाचकांना अपील होत नसावी का?''

''ये भी एक पॉईंट है हं! आमचे आई- वडील गरीब असते तर आम्हीही चांगले नामांकित लेखक झालो नसतो का? बरं आणखी काय म्हणतोय तो?''

''अलीकडे वाचलेले चांगले पुस्तक, या प्रश्नाला बरेच जण ययाती, स्वामी, छावा अशी उत्तरे देतात. ही काय अलीकडची पुस्तकं आहेत? का हे लोक नवीन काही वाचतच नाहीत?''

''त्याचं काय आहे हा प्रश्न आम्ही फक्त साहित्यिकांनाच

विचारतो असं नाही. नट- नट्या, खेळाडू हे हल्ली फारसं वाचतच नाहीत. मग आपलं आम्हीच त्यांना ही पॉप्युलर पुस्तकांची नावं सांगतो व ती त्यांच्या तोंडी टाकतो!''

''वाचक महाशय पुढं काय म्हणतात पाहा. तुमच्या अंकात एका कलावंतानं आवडता खाद्यपदार्थ 'हुरडा' असं म्हटलंय.''

''मग यात काय बिघडलं? हुरडा काय त्याला आवडत नसेल?''

''असेल ना! पण पत्रलेखक म्हणतोय की तो त्या कलावंताला अगदी जवळून ओळखतो. गेल्या महिन्यात तो त्याच्याबरोबर हुरडा पार्टीला गेला होता. हुरड्याची कणसे शेणीवर भाजली जात होती. कणसं पोत्यावर चोळून गरम गरम हुरडा बशीतनं सर्व्ह करीत होते. त्याबरोबर डिंपल इंपोर्टेड व्हिस्की कट ग्लासमधून सर्व्ह करीत होते. आपल्या कलाकार महाशयांनी सोडा न घेता केवळ बर्फ ग्लासमध्ये घेऊन 'ऑन द रॉक' घेतली. त्याबरोबर खारे काजू, वेफर्स, फ्राय चिकन, प्रॉन्झ इत्यादींचा अस्मादिकांनी फडशा पाडला. चिकन तंदुरी, काश्मिरी बिर्याणी अशा पदार्थांवर ताव मारताना त्या हुरड्याच्या डिशेस तशाच बाजूला हिरमुसल्या होऊन पडल्या होत्या.''

''पण हुरडा लिहिलं की कसं लोकांना अपील होतं!''

''वाचकानं न कंटाळता लिहिलंय. तो म्हणतो, आवडता खेळाडू विचारल्यावर सगळे सुनील गावस्करच कसं काय लिहितात हो? का यांना बाकी खेळ आणि खेळाडू माहीतच नाहीत? इंटरेस्ट नसेल तर खेळ आवडत नाहीत म्हणून लिहायचं. पण ते धाडस कुठलं!''

''यानं लेकानं आपली सगळी सिक्रेट्स ओळखलेली दिसतात. दर आठवड्याला आम्ही नवीन मुलाखत आणली

तरी बहुतेकांची उत्तरं ठरलेलीच असतात. नाहीतरी तुमचा तो 'साप्ताहिक भविष्य' सदर लिहिणारा तरी कुठं ज्योतिषी आहे? तो तर आय.टी.आय. कोर्स केलेला आहे. पण एकदा मेष राशीला चांगलं लिहायचं तर पुढच्या वेळी मीन राशीला. एखाद्या राशीला दिवस वाईट म्हणायचे असेल तर तसं न म्हणता प्रयत्नांची पराकाष्ठा करावी लागेल. जवळच्या लोकांपासून सावध राहा म्हटलेलं तर लोकांना हल्ली लगेच पटतं. परत शेवटी स्त्रियांसाठी 'सोमवार-गुरुवार चांगले जातील' असे काही लिहिलं की त्या खूश.''

''ग्रहसुद्धा स्त्री व पुरुष भेदभाव कसा काय करतात - हे बंद झालंच पाहिजे असा एखादा स्त्री स्वातंत्र्यवादी रणमर्दिनीचा लाटणं मोर्चा यायचा.''

''हो, एकदा तर ज्योतिष सदर लिहिणारे रजेवर होते तर तू मला ते लिहायला सांगितलंस.''

''आणि तू ते झकास लिहिलंसही. अरे पूर्वी तर म्हणे एका अंकात उषा वहिनींचा सल्ला आणि फळबागांबद्दल माहिती देणारे बागवान म्हणून सदर होते. एकदा एक वाचक साप्ताहिकाच्या कचेरीत गेला व ते सदर कोण चालवतं म्हणून चौकशी केली तर एक दाढीवाला गृहस्थ 'उषा वहिनींचा सल्ला' सदर लिहीत होता!''

''आणि 'बागवान' सदर एक कॉलेज कुमारी चालवत होती!''

''बरोबर! पण लेका आता मूळ पदावर ये. तुला या पत्रलेखकानं बरोबर पकडलंय बघ!''

''मधु मागशी माझ्या सख्या परी, मधु घटची रिकामे पडती घरी, असं सांगून हे सदरच बंद करू का?''

''छे! छे! असं करून कसं चालेल. कितीतरी गोष्टी त्याच त्या असतात. पण चालतातच ना? आता साबण ही वस्तू

आपण कित्येक वर्षे वापरतोय. पण पुन्हा त्यावर 'न्यू' असं विशेषण लावून तो बाजारात येतोय ना? तेव्हा तू आता या वेळेला अगदी सामान्य, गरीब माणसाची मुलाखत तेच प्रश्न वापरून घे!''

''अरे पण त्याला लेखक, चांगले खाद्य पदार्थ, खेळाडू, जीवनविषयक तत्त्वज्ञान हे कसं सांगता येणार?''

''यामुळंच तर हे सदर आकर्षक बनणार आहे! तू लाग कामाला.''

अगदी लहान माणसाला भेटायचं. ही एखादी मायक्रो सिस्टीम समजून संजय टीव्हीमधील जाहिरातीप्रमाणे अरुणला म्हणाला,

''आजसे तुम्हाराही सिसम! आता तुझ्याच सेवेत.''

आपली शबनम खांद्यावर लटकवत संजय कचेरीबाहेर पडला. विचार मनात गुंजी घालत होते. आम्ही वृत्तपत्रकार, बातमीदार म्हणजे आमच्या हातात एखाद्याला प्रसिद्धी झोतात आणण्याचं सामर्थ्य असतं. एखाद्याचं कल्याण करण्याचीही शक्ती आमच्याकडेच. रुपेरी पडद्यावर झळकणाऱ्या सिनेतारकेला प्रसिद्धी माध्यमातून पुढं आणलं ते आम्हीच. प्रसिद्धी संपल्यावर आर्थिक विवंचनेत एका वृद्धाश्रमात जाऊन जेव्हा ही सिनेतारका अखेरचे क्षण मोजू लागली, तेव्हा प्रसिद्धी अभाव होता तो आमच्यामुळंच, पण पुन्हा तिलाच वृत्तापत्रातून प्रसिद्धी दिली तर पुन्हा तिला सुखाचे दिवस प्राप्त झाले. पत्रकारितेचं केवढं हे सामर्थ्य. पण अशा मला आज एका वाचकानंच नव्या मार्गावर शोध घ्यायला लावलाय.

समोरच सात मजली 'गोल्डन टॉवर्स' या उत्तुंग बिल्डिंगचं बांधकाम चालू होतं. बिल्डिंगला पाचाडं बांधली होती. त्याच्या उंचीवर मजूर चढत होते. तळाशी मिक्सरनं बाहेर टाकलेलं काँक्रिट उंचापर्यंत पोहोचवत होते. बिल्डिंगच्या तळाशी जवळच

बांबूच्या तट्ट्याची पाले उभी होती. त्या पालात राहणाऱ्या मजुराचीच मुलाखत घ्यायची असं ठरवून संजय पालाजवळ आला. प्रश्नांना उत्तरं मनमोकळी मिळावीत म्हणून त्याच्या पुढ्यात कागदपेन काढायचं नाही असं ठरवलं. खिशात पॉवरफूल छोटासा पॉकेट टेपरेकॉर्डर होता.

कामं उरकून कामगार मंडळी जेवायला बसली होती. संजयनं थोडा वेळ इकडं तिकडं फिरून काढला अन् जेवण झाल्याबरोबर पालावरच एकास गाठलं. थोड्या अवांतर गप्पा मारून मधूनच मुलाखतीतले प्रश्न तो खुबीनं काढून घेत होता.

"तुझं नाव काय?"

"बारक्या."

"संपूर्ण नाव सांगा."

"माझं यवढंच नाव हाय."

"बापाचं नाव? आडनाव?"

"ठाव नाय."

"पत्ता?"

"या गोल्डन टावरच्या आवारातच आमची टपरी हाय. इथलं काम संपलं की आम्ही दुसऱ्या कामावर टपरी हलवणार."

"दूरध्वनी?" मुलाखतीच्या ठरावीक साच्यातला प्रश्न इथं विचारायला नको होता हे संजयच्या लक्षात आलं. पण आता विचारलाच तर पूर्ण करू या. निदान तो काय म्हणतोय पाहू या म्हणून संजयनं प्रश्न मागं घेतला नाही.

"म्हणजे काय?"

"टेलिफोन."

"आमच्याकडे कुठला आलाय! पर लांबच्या मानसाशी बोलायचं झालं की हाळी देतो. वरडून सांगतो. कवाकवा पळत जाऊन सांगावा देतो."

आपल्या ऑफिसमध्ये ओरडून फोनवर बोलणाऱ्या करमरकरची संजयला आठवण झाली. एकदा तर संजय त्याला म्हणाला होता, इतक्या मोठ्यानं बोलतोयस तर फोनशिवायसुद्धा ऐकू जाईल!

"तुझं टोपणनाव काय?"

"आता माज्या 'बारक्या' नावाचं आनी टोपणनाव ते काय असायचं वो! तसं आता निवडणुकाच्या टायमाला भाषणातनं आमाला कोन तळागाळातली मानसं म्हणायचं तर कोन दारिद्र्यरेषेखालची जनता म्हणायचं. एकदा तर कोन आमासनी जागरूक मतदार म्हनलं व्हतं."

उत्तर ऐकून संजय अवाकच झाला. पुढला प्रश्न त्यानं प्रेमानं विचारला, "मूळ गाव?"

"लई गावं फिरल्यात. मूळ गाव काय आठवत न्हाय!"

"बरं! व्यवसाय काय?"

"हेच की. आपलं बांधकामावर मजुरी करायची."

"पुन्हा संधी मिळाली तर कोण व्हायला आवडेल?"

"वा राव! संधी द्यायाची नाय अन् काय उगा गरिबाची थट्टा करताय?"

"जन्मतारीख?"

"ठाव नाय! वयबी नाय माहीत!"

"वाढदिवस साजरा करता का?" हाही प्रश्न इथं विचारायला नको होता हे संजयच्या लक्षात आलं. पण तेवढ्यात बारक्यानं उत्तर देऊन टाकलं,

"आमी आपलं बिल्डर मालकांच्या वाढदिवसाच्या पार्टीनंतर राहील ते खातो." दुसऱ्याच्या वाढदिवसातही आनंद मानणाऱ्या बारक्याचं संजयला मोठं कौतुकच वाटलं. शिक्षण, कॉलेज वगैरे प्रश्न इथं उपयोगाचे नाहीत हे लक्षात घेऊन संजयनं विचारलं.

“विशेष छंद?”

“हल्ली पैसेवाले लोक काळजीत असत्यात. श्रीमंतांना टक्कल पडल्यालं असतं! मानेला पट्टा लावलेली मानसं जास्त दिसायला लागलीय. आमचा मालकबी इतका पैसा कमवतो पर तेलाबी ब्लडप्रेशरचा तरास होतू बगा. च्या घेता का म्हटलं की लइ मानसं बगा बिगर शक्कर म्हणतात. या आपल्या श्रीमंत माणसांकडं बगून आपण गरीब हाय ते बरं असं वाटतं. हे असं बघून आनंद मिळवायचा हाच माझा छंद!”

“बरं टीव्हीवर काय आवडंत?”

“आम्ही टीव्हीच्या दुकानासमोर जाऊन टीव्ही पाहतो. एकदा एका दुकानासमोर उभा होतो तर त्यानं ब्लॅक अ‍ॅन्ड व्हाईट टीव्ही लावला व्हता. म्या त्याला सांगितला की बाबा कलर टीव्ही लाव नायतर दुसऱ्या दुकानापुढं उभं राह्यला जाईन बघ. त्यानं गुमान कलर टीव्ही लावला. आमच्या गर्दीनं त्याचं टीव्ही खपत्यात! आम्ही गान्याच्या टायमाला जातो.”

कलर टीव्ही प्रश्नानं मुलाखतीत चांगलीच रंगत आणली होती.

“आपली महत्त्वाकांक्षा काय होती?”

“दोन टायमाला जेवायला मिळावं.”

“आनंदाचा एखादा प्रसंग सांगाल का?” संजय.

“मतं मागण्यासाठी मोठी मानसं आमच्या दारात आली की तो दिस!”

“आणि निराशेचा क्षण?”

“सिल्वर टावरची बिल्डिंग तयार झाली. तिचं उद्‌घाटन झालं. तवा आता आपल्याला आपलं झोपडं उठवून दुसरीकडं जावं लागणार याचं वाईट वाटंल बघा.”

कोणाचा तरी वास्तुप्रवेश आणि कोणाचा तरी वनवास या कल्पनेनं संजयला वृत्तपत्रात रोज येणाऱ्या वास्तू उद्घाटनाच्या जाहिरातीबरोबर तिथल्या कामगारांच्या भावना कळल्या.

"देव मानता का?" मुलाखतीला वेग देत संजयनं विचारलं.

"तो आहे म्हणून आपण हाय."

"बरं तुझी आवडती राजकीय व्यक्ती कोण?"

"आपला वार्डातला रामा रांगडे. निवडणुकीनंतर त्यांच्या प्रचाराचे समदे कापडी बोर्ड त्यानी आमासनी दिले. त्याच्या वाकळी बनवल्या."

"आवडता लेखक?"

"मनजे लिवणारा म्हनताय नव्हं! आमच्या मजुरीचं तक्त लिव्हतो तो कारकून आम्हाला आवडतो. तो लिवतो म्हणून आमाला मजुरी मिळते."

"अलीकडे वाचलेलं चांगलं पुस्तक?"

"राशनवर धान्य मिळतं ते पुस्तक."

"आवडता चित्रपट?"

"पिक्चरनं नाव आठवत नाय. पर त्या पिक्चरमदी अमिताभ बांधकाम चालू असलेल्या बिल्डिंगच्या दहाव्या मजल्यावरून उडी मारतो. त्याला काय बी लागत नाय. तो पिक्चर मस्त."

"आवडता कलावंत?"

"परवा सुटीच्या दिवशी सकाळीच टीव्ही पाहायला गेलो होतो. दुकानदाराच्या दारात, तर दिल्लीची आपली लोकसभा दाखवली होती. कोण पुढारी होता. नाव नाय आठवत पर काय अंगावर धावून जात व्हता. त्याचं ॲक्टिंग आवडलं बगा."

बालमनावर विपरीत परिणाम होऊ नये म्हणून रात्री

उशिराचे चित्रपट असतात. आता सकाळची ही भांडणंही मुलांना दिसू नाहीत म्हणून काही तरी करायला हवं असं संजयला वाटलं.

"तुझा आवडता गायक?"

"आपल्याला जास्त वेळ गायलेलं नाय आवडत. जो कमी गातो तोच आवडतो."

गाण्याचंही भाषणासारखंच आहे हे संजयलाही पटलं. एकदा सॉक्रेटिसला त्याच्या मित्रानं विचारलं होतं,

"मी आफ्रिकेत चालतोय. मी तिथून तुझ्यासाठी काय आणू? तिथं सुंदर गाणारे पक्षी मिळतात."

तेव्हा सॉक्रेटिसनं उत्तर दिलं होतं, "मला गाणाऱ्या पक्ष्यांपेक्षा असे पक्षी आण की ज्यांना गाताना कुठं थांबावं हे कळतं."

सॉक्रेटिस आणि बारक्या यांच्यातलं हे साम्य संजयच्या ध्यानी आलं.

"जवळचे मित्र?" संजयचा पुढचा प्रश्न.

"आमच्या पालावरची मानसं दोस्तीत बोलताना शिव्या देऊन बोलत्यात. असली मानसं आमची मैतर हाएत बगा."

"कोणता पोशाख आवडतो?"

"लोकांच्या अंगाला बसत नाही तो. कारण तो लोक आमाला देत्यात."

"आवडता खाद्यपदार्थ?"

"पहाटंच बायको भाकऱ्या बडविते. त्याच आवडत्यात."

"आवडता खेळ?"

"परवा निवडणुकीच्या टायमाला दोन उमेदवारामदी मस्त रस्सीखेच झाली ती आवडली बगा, अगदी जत्रला बकऱ्याच्या किंवा कोंबड्याच्या झुंजी लावतात ना तशी."

संजयला या कल्पनेनं 'राजकीय संगीत खुर्ची' पक्षांतर

करणारे, दुसऱ्याचे पाय ओढणारे यांची 'राजकीय कबड्डी', 'गरिबांची लंगडी', रस्त्यावरील खड्ड्यांना चुकवून जाणारे 'मोटोक्रॉस' स्कूटरस्वार इ. नवनवीन खेळ सुचू लागले.

"तुमच्या जीवनावर प्रभाव टाकणारी व्यक्ती?"

"मजुरी देणारा ठेकेदार."

"सर्वांत प्रिय गोष्ट?"

"काम मिळत राहावं."

"तुमचं स्वत:विषयक तत्त्वज्ञान?"

"लई उंचावर जायचा प्रयत्न करू नये. पडल्यास सर्वनाश होतो."

सामान्य माणसाची मुलाखत घ्यायला गेलेल्या संजयला असामान्य अशी मुलाखत मिळाली होती. लहान माणसातही मोठेपण असतं ते आज संजयला कळलं होतं!

■

मुदत ठेव - एक पदवीदान!

नाना लेले हे तळमळीचे आणि विनोदी वृत्तीचे शिक्षक म्हणून शाळेत विद्यार्थिप्रिय होते. 'हॅपी प्रिन्स' हा धडा पाठ्यपुस्तकात होता. हॅपी प्रिन्स नाव असलं तरी तो पुतळा आता गावातली सगळी दुःखं पाहत होता. ती दुःखं पाहून तो रडत रडत म्हणतो, 'मी आहे हॅपी प्रिन्स!' हे समजावून सांगताना लेले सर म्हणाले, "आईनं बाळाला मांडीवर घेतलंय.

बाळ तापानं फणफणतंय. त्यामुळं आईच्या डोळ्यात पाणी येतं. ते पाहून ते बाळ आईला ती का रडतेय म्हणून विचारतं तर आई हुंदके देत म्हणते, 'बाळा, मी कुठं रे रडतेय' हे ते इतके सुरेख करून दाखवत की मुलांना अर्थ कायमचा समजे!

सरांची आणखी एक गंमत म्हणजे ते वर्षाच्या पहिल्या दिवशी वर्गात आले. मुलं आदरानं उभी राहिली. त्यांना बसा म्हणून सांगितलं नाही. चक्क टेबलावर खुर्ची ठेवली. त्यावर ते चढले! फळ्याच्या वरील उंच पट्टीवर '२८ एप्रिल, रु. ६०००.' असं लिहिलं. खाली उतरल्यावर म्हणाले,

"मुलांनो काही कळलं का?"

वर्गात नि:शब्द शांतता!

"या दिवशी तुमच्या वर्षिक परीक्षेचा निकाल असतो बरं! आणि नापास झालात तर तुमच्या पालकांचे किमान सहा हजार रुपयांचं नुकसान झालेलं असणार. तेव्हा रोज ही तारीख बघायची अन् अभ्यासाला लागायचं!"

मुलांचे आवडते गुरुजी नाना लेले!

निरोपसमारंभात नानांना मिळालेली शाल त्यांच्या सहचारिणी माई घरी येणाऱ्या- जाणाऱ्यांना कौतुकानं दाखवत. त्याच समारंभात मिळालेला हार आता वाळला होता. तरी त्यांनी तो जपून ठेवला होता. एकदा तर भाबडेपणानं शेजारच्या जोशीकाकूंना त्यांनी शालीबरोबर तो वाळलेला हारही दाखवला! पस्तीस वर्षांत असंख्य मुलांच्या मनात ज्ञानज्योत प्रज्वलित केल्याबद्दलचं पतीला मिळालेलं अनमोल असं ते मानचिन्हच होतं.

नाना सेवानिवृत्त झाले तरी कार्यप्रवृत्त होते. त्यांना मूलबाळ नव्हतं याचं दु:ख त्यांना होतं का नाही हे कधी दिसू शकलं नाही. पण आता वृद्धापकाळात कार्यरत राहण्याखेरीज गत्यंतर

नव्हतं. उदरनिर्वाहासाठी जशी पैशाची गरज होती तशीच आपल्या पश्चात माईंनाही चार पैसे मिळावेत म्हणून काही तरतूद करणं आवश्यक होते. आज हातपाय हलताहेत तोपर्यंत ठीक. पुढं काय? तेव्हा पैशाची बचत करून बँकेत पंधरा हजार रुपयांची मुदत ठेव ठेवायचीच हा त्यांनी संकल्प सोडला होता.

चांगलं अक्षर काढणं; त्यासाठी साऱ्यांना प्रवृत्त करणं हा तर त्यांचा आवडता छंद! हाच छंद यापुढं जोपासायचा. त्यातून अर्थार्जन करायचं हेच त्यांनी ठरवलं होतं.

सोमवार पेठेतून जाताना बँक प्रशिक्षण केंद्राचा फलक नानांच्या दृष्टोत्पत्तीस आला. त्यांनी तेथील प्रमुखांची भेट घेऊन त्यांना त्यांच्या प्रशिक्षण वर्गात एक तास हस्ताक्षर या विषयावर बोलायला परवानगी मागितली.

"ट्रेनिंग घेणारे वयानं मोठे आहेत. आता त्यांचं अक्षर कसं सुधारणार?" प्रबंधक म्हणाले.

"तीच तर गंमत आहे. मी कोणत्याही माणसाचं अक्षर केव्हाही सुधारून दाखवू शकतो. कमाल म्हणजे एका डॉक्टराचंसुद्धा अक्षर मी सुधारलंय! तुम्ही एक संधी द्या आणि पाहा तर चमत्कार!"

"ठीक आहे. उद्या जेवणाच्या सुट्टीनंतर दोन ते तीन या वेळात तुम्ही तास घ्या."

दुसरे दिवशी नाना पावणे दोनलाच सहकार प्रशिक्षण केंद्रात हजर झाले. वर्गाबाहेर जमलेल्या प्रशिक्षणार्थींच्या प्रतिक्रिया नानांना आत ऐकू येत होत्या,

"जेवणानंतरचा तास आहे. झोप येणार."

"हा पिरीयड कसा होतो कोणास ठाऊक, नाहीतर ट्रेनिंग हे स्ट्रेनिंग व्हायचं!"

नानांच्या विनंतीनुसार बरोबर दोन वाजता तास सुरू

झाला. प्रशिक्षकांनी नानांचा परिचय करून दिला, "अक्षर सुधारणेचा ध्यास घेतलेले व्यक्तिमत्त्व. तुमचं वय काहीही असो. अजूनही तुमचं अक्षर सुधारेल असा आत्मविश्वास निर्माण करणारे हे श्री. नानासाहेब लेले गुरुजी."

नानासाहेबांनी खुसखुशीत बोलण्यानं तासाला सुरुवात केली, "जेवणानंतरचा तास आहे. झोप लागली तर जरूर झोपा. फक्त घोरू नका. त्यामुळं दुसऱ्याची झोपमोड होते!

"एकदा एका खासदारांना स्वप्न पडलं की ते लोकसभेत बोलताहेत. थोड्या वेळानं त्यांना जाग आली तर खरोखरच ते लोकसभेत बोलत होते.

"आज मात्र जेवणानंतरचा तास असूनही असं काही होणार नाही याची खात्री आहे!

"चांगला नागरिक होण्यास चांगलं अक्षर हवं. जसं बोलणं सुंदर, चालणं सुंदर तसंच अक्षर सुंदर, वाचन सुंदर." नानांनी लयबद्ध व स्पष्टोच्चारात विचारांची मांडणी केली. प्रशिक्षार्थी जेवणानंतरचा तास असूनही मंत्रमुग्ध झाले.

वाटोळे, सरळ मोकळे ।
वोतले मसीचे काळे।
कुळकुळीत वळी चालल्या ढाळे।
मुक्तामाळा जैश्या।।

श्री समर्थ रामदासांच्या दासबोधातील या चरणांचा अर्थ नानांनी श्रोत्यांच्या मनावर बिंबवला, "चांगलं अक्षर हे मानवाला शिस्तबद्ध बनवतं. खराब अक्षर असणारी व्यक्ती कामाकडे बेफिकीर वृत्तीनं पाहते. आपलं पत्र जातं तेव्हा त्या अक्षरावरून आपल्याबद्दलचं मत तयार होतं. अक्षरावर रेषा न देणारी माणसं कामाचा अपूर्ण विचार करणारी असतात." नाना निरूपण करून थांबत नव्हते. ते प्रात्यक्षिकही दाखवत होते. श्रोत्यांकडून लिहून घेत होते. श्रोत्यांच्या या तासापूर्वीच्या

आणि शिकवल्यानंतरच्या अक्षरात लक्षणीय फरक होता. अक्षरालाही महत्त्व आहे ही जाण आल्यावर हात सुवाच्य अक्षर काढू लागले.

नानांना आभाराबरोबर एक बंद पाकीटही मिळालं. घरी आल्यावर पाकीट माईंच्या हातात दिलं.

"निवृत्तीनंतरची ही तुमची पहिली कमाई. आपण देवापुढं ठेवू या." माईंनी कौतुकमिश्रित आनंदानं पाकिटाला हळद-कुंकू लावून ते देव्हाऱ्यात ठेवलं.

"माई, आज एकशे एक रुपये मिळाले. मी तुमच्यासाठी पंधरा हजार रुपये साठवणार, त्यांची बँकेत मुदत ठेव करणार. त्यावर बारा टक्क्यानं वर्षाला रक्कम वाढेल. पंधराशे रुपये वर्षाला मिळतील. अगदीच हातपाय काम करेनासे झाले तर महिन्याला काही तरी रक्कम हाती लागेल. चल बँकेत जाऊन आधी सेव्हिंग खाते उघडू."

बँकेत नाना व माई आल्यावर त्यांच्याकडं फारसं कोणाचं लक्ष नव्हतं. त्यांनी खातं उघडण्यासाठी आलो आहे म्हटल्यावर, आधी ओळख घेऊन या, असा सल्ला मिळाला.

"ओळख ना इथं सचिन देशपांडे म्हणून क्लार्क आहेत तो माझा विद्यार्थी."

"शक्यतो स्टाफची ओळख नको. बाहेरची कोणाची तरी आणा."

'या बँकेतल्या लोकांना आपल्या माणसानं दिलेली ओळख चालत नाही का काय?' या विचारात नाना बाहेर गेले व किराणा माल व्यापाऱ्याची त्यांनी ओळख आणली. आधार कार्डाची प्रतही दिली. बचत खात्यानं बचतीचा शुभारंभ झाला. एकशे एक रुपये भरल्याची पावती घेत नानांनी पासबुकाबद्दल विचारलं.

"ते उद्या किंवा पुन्हा याल तेव्हा घेऊन जा."

‘तत्पर सेवा हेच आमचे ब्रीद’ या बोर्डाकडे पाहत नानांनी विचारलं, “आता नाही का मिळणार. तेवढाच एक उन्हातला हेलपाटा कमी होईल.”

“पुन्हा बँकेच्या कामाला याल तेव्हाच घ्या ना!”

पासबुक नाही मिळालं तरी नाना आज खातं उघडलं म्हणून खुशीत होते. ‘ए जर्नी ऑफ थाउजंड माइल्स बिगीन्स वुइथ सिंगल स्टोन’ या त्यांच्या आवडत्या वाक्याचा अर्थ ते अनुभवत होते.

शाळा, महाविद्यालयं, प्रशिक्षण केंद्रं याबरोबरच नानांनी वेगवेगळ्या कार्यालयातही जायला सुरुवात केली. अक्षर सुधारायला आलेल्या या माणसाचं तसं स्वेच्छेनं फारसं स्वागत झालं नाही. ‘पुढं बघू’, ‘सध्या नको’, ‘वेळ नाही’, ‘हा विषय अभ्यासक्रमात नाही’ अशा प्रतिक्रिया यायच्या. पण नाना पूर्वीची अभिप्राय दिलेली पत्रं दाखवत व अधून मधून व्याख्यानाची संधी मिळे. लोकांना अक्षर सुधारणा ही फार महत्त्वाची बाब वाटत नसल्यानं व्याख्यानाच्या पैशाबद्दल आधी आग्रहानं बोलता येत नसे. पण ‘स्वेच्छेने काही द्या’ एवढंच नाना सांगत.

पण एकदा बोलायला लागलं की नाना या विषयातही लोकांना गुंगवून टाकीत.

अक्षररेषा उभ्या समांतर
शिर रेषा त्या जोडी निरंतर
नको वाकणे केव्हाही रे
उंची सारखी हो अक्षरभर ॥१॥
मध्य साधुनी गोल जोडणे
रेषा अर्ध्या अर्ध गोल ते
अवयव जाणा रेषेचे त्या
मोठे ना ते रेषे परते ॥२॥

उकार, मात्रा, रफार अर्धे
वेलांटी वा ऋकार तैसे
ठेवा अंतर करांगळीचे
लेखन शोभे मोती जैसे ।।३।।

या ओळी मुखोद्‌गत म्हटल्यावर श्रोत्यांमध्ये जिवंतपणा येई.

नानांच्या जीवनाला अर्थ मिळाला होता व अर्थार्जनही होत होतं. पाकीट मिळालं की न चुकता नाना माईंच्या हातात द्यायचे. माईंही ते देव्हाऱ्यात ठेवायच्या. मग ते बचत खात्यात जमा व्हायचे. पासबुक घेतल्यावर नाना स्वत: ते तपासून पाहायचे. बॅलन्स बरोबर आहे ना बघायचे व पंधरा हजाराला आता किती राहिले याचा हिशोब न चुकता करायचे.

मनी सेव्हड् इज मनी अर्न्ड या तत्त्वाप्रमाणे काटकसर तर नानांच्या रोमारोमांत भिनली होती. आपल्या मिळकतीतील जास्तीत जास्त रक्कम बँकेत शिल्लक कशी पडेल हेच ते पाहायचे.

"अहो! म्हटलं आता बनियनची अगदी मच्छरदाणी झालीय. किती भोकं ही! नवीन आणा ना दोन बनियन्स."

माईंच्या या बोलण्याला नाना हसण्यावारी उत्तर देत,

"याला एअर कंडिशन बनियन म्हणतात. भोकांमुळं छान हवा खेळती राहते. शिवाय वरून मी शर्ट घालतोच ना. त्यामुळं भोकं काही बाहेरच्या कोणाला दिसत नाहीत. हे बघ आपली पंधरा हजाराची रसिद झाली की मग मी बनियनच काय शर्टसुद्धा नवा घेईन हं!"

"तुम्ही म्हणाल तेच खरं." सर्वार्थानं नानांना साथ देणाऱ्या माई समजुतीनं विषय संपवत.

व्याख्यानाला वेळेवर जाण्याचा नानांचा कटाक्ष असे.

व्याख्यानस्थळी नियोजित वेळेपूर्वी पोहोचावे म्हणून नाना बस स्टॉपवर उभे होते. पण येणाऱ्या बस भरभरून येत होत्या व स्टॉपवरच्या लोकांना बसमध्ये प्रवेश मिळत नव्हता. व्याख्यानाची वेळ जसजशी जवळ येत गेली तसतसा त्यांचा अस्वस्थपणा वाढायला लागला. आता रिक्षानं जाण्याचा निर्णय घेतला. रांगेतल्या लोकांना विचारून त्याच भागात जाणाऱ्या आणखी दोघांना 'शेअर ए रिक्शा' या तत्त्वावर बरोबर घेतलं. बसपेक्षा जास्त जरी पैसे गेले तरी नेहमीच्या रिक्षाच्या एक तृतीयांश भाड्यात काम भागलं. पंधरा हजाराची मुदत ठेव पूर्ण करण्यासाठी नाना हर तऱ्हेनं कार्यरत होते हेच खरं.

सर्व खर्चात काटकसर होती. झिरो ते चाळीस वॅटपर्यंतचेच बल्ब ते वापरत होते. आवश्यकता नसेल तेव्हा ते बंद करीत होते. पाठकोरे कागद लिहायला वापरत होते. आलेल्या पाकिटावर पत्त्याच्या जागी कोरा कागद चिकटवून ते पुन्हा वापरत होते. चपला नवीन घेणं लांबणीवर टाकत होते तर गतप्राण पादत्राणात किरकोळ दुरुस्तीनं त्राण आणत होते. बचत वाढत होती, पण पंधरा हजाराचं ध्येय काही पुरं होत नव्हतं.

एकदा सन्मित्र सभेच्या पाक्षिक बैठकीत नानांच्या हस्ताक्षर सुधारणा या विषयावरचं व्याख्यान ठेवलं होतं. व्याख्यान आणि प्रश्नोत्तरं चांगलीच रंगली. त्यामुळं प्रभावित झालेले एक सदस्य कॉफीपानाचे वेळी नानांना म्हणाले, "तुमचं हस्ताक्षर इतकं सुरेख आहे. तुम्ही आमच्या विद्यापीठाच्या पास झालेल्या मुलांची प्रशस्तिपत्रकं भरून द्याल का? हल्ली चांगलं अक्षर असणारी माणसंच आम्हाला कमी भेटतात. पैसेही चांगले मिळतील. दर सहामाहीला भरपूर काम."

"हो, जरूर. मी आपल्याला उद्याच विद्यापीठात भेटतो. मी आपला फार आभारी आहे." अचानक आलेली संधी

नानांनी स्वीकारली. नानांकडे सर्टिफिकेट लिहायला येऊ लागली. व्याख्यानं कधी असत कधी नसत. मधला वेळ आर्थिकदृष्ट्या वाया जाई. आता तोही या नव्या कामामुळं अर्थप्राप्तीसाठी वापरला जाऊ लागला. नाना जुने इंटर झालेले. त्यांना पदवीदान समारंभात असे सर्टिफिकेट कधीच मिळाले नव्हते. पण ते शेकडो काय हजारो सर्टिफिकेट्स लिहून देत होते. पदवी मिळाल्यानंतरचा पदवीधारकाचा आनंद द्विगुणीत करण्यात नानांचाही हातभार लागतोय याचा नाना आणि माईंना दोघांनाही आनंद होत असे.

"नाना लेले गुरुजी इथंच राहतात का?"

"हो या ना, या आत."

"मी सुरेश मुळे. नुकत्याच झालेल्या पदवीदान समारंभात मला बी. कॉम. डिग्रीचं हे सर्टिफिकेट मिळालं. माझ्या आडनावाचं स्पेलिंग एम यू एल इ आय आहे, एम यू एल इ नाही. मी युनिव्हर्सिटीमध्ये जाऊन तक्रार केली. त्यांनी तुमचा पत्ता दिला व तुमच्याकडून या सर्टिफिकेटमध्ये दुरुस्ती करून घ्या म्हणाले." आवाज वरच्या पट्टीतला होता.

"बसा. जरा बसा. आपण बघू या तुमच्या कामाचं. माई, जरा पाणी आण गं!" नाना समजुतीच्या स्वरात म्हणाले.

"बी. कॉम. डिग्री मिळवायला मला किती खस्ता खायला लागल्या याची तुम्हाला कल्पना नाही यायची. रात्रीची जागरणं केली. क्लासला गेलो. अकाउन्टन्सीची कितीतरी उदाहरणं सोडवली."

"बरोबर आहे तुम्ही म्हणता ते. घ्या पाणी घ्या."

"इतक्या कष्टानं आम्ही पदवी मिळवायची आणि आमचं नाव इतक्या बेफिकीरपणे लिहायचं? विद्यापीठाचा कारभारच असा." अँग्री यंग मॅनप्रमाणं तो हिंदी चित्रपट स्टाइलनं बोलत होता.

“याच प्रशस्तिपत्रकात हे नाव दुरुस्त होऊ शकतं. आणा ते इकडं.” नानांनी आपल्या सुरेख अक्षरात काळ्या शाईनं वाय वाढवून देऊन ते जरा वाळत ठेवलं.

“काम झालं खरं. पण तुमच्या निष्काळजीपणानं मला इथं येण्याचा हा केवढा ताप झाला.” पहिल्यापेक्षा जरी आवाज खाली होता तरी रागातलाच होता. तो सर्टिफिकेट घेऊन गेला तेव्हा त्याच्या पाठमोऱ्या आकृतीकडं पाहताना नानांच्या मनात विचार येऊन गेला पदवीधर झाले तरी मनाचा मोठेपणा वाढतोच असं नाही. शिक्षण तेवढं वाढलं.

काही दिवसांतच छत्तीसशे रुपयाचा चेक विद्यापीठाकडून आला व नानांच्या आनंदाला पारावर राहिला नाही. इतके दिवस मनात योजलेला संकल्प पुरा झाला होता. नानांचे बँकेत पंधरा हजार रुपये साठले होते.

“माई! अगं माई, पाहिलास का हा छत्तीसशेचा चेक. आता चल. बँकेत जाऊ या. आपल्या दोघांच्या नावानं पंधरा हजाराची पावती करू या. त्याचं मासिक उत्पन्न येईल ते तुला बरं का! आता आपल्याला थोडी तरी दरमहा रक्कम हमखास मिळणार. चल, तयार हो.”

“परमेश्वराची कृपा अन् तुमचे कष्ट. चला. आलेच.” किती झटकन दोघेही बँकेत पोहोचले. नानांनी त्यांच्या नेहमीच्या सुवाच्य अक्षरात बचत खात्याची पंधरा हजाराची विथड्रॉवल स्लीप भरून दिली. मुदत ठेवीचा फॉर्महीही तितक्याच आनंदानं भरून दिला. ठेव पावती मिळण्याची वाट पाहत ते बसले होते. नानांनी माईंकडे पाहिलं. ती आज त्यातल्या त्यात बऱ्यापैकी साडी नेसली होती. खूप खुशीत होती ती.

पावती तयार झाल्यावर काउंटर फाइलच्या मागं सही करून नानांनी ती घेतली. त्यांच्या दृष्टीनं तो त्यांचा पदवीदान समारंभच होता. पावती घेताना माईंच्या नजरेत नजर मिसळली

गेली. पावती पाहतात तो काय एक गचाळ अक्षर. त्यात दोन ठिकाणी खाडाखोड. नाना अस्वस्थ झाले. पंधरा हजार रुपये भरल्याची पावती मिळाली खरी. पण ती इतक्या बेफिकीरपणे लिहिलेली. ही पदवी मिळविताना मी किती संस्थांतून फिरलो. किती व्याख्यानं दिली. किती काटकसर केली. किती खस्ता खाल्ल्या. एक एक पैसा महत्त्वाचा मानला. सतत तीन वर्षांच्या प्रयत्नानंतर मी हे पैसे जमवले. ही पावती म्हणजे माझ्या संकल्पाची परिपूर्ती होय. अन् ती अशा गलिच्छ अक्षरात? मी नाना लेले. ज्यांनी हजारो लोकांचं अक्षर सुधारलं, अक्षराचे धडे दिले त्यांनाच अशी पावती मिळावी? ही पावती मी घरी कपाटात ठेवणार. मधूनच ती काढून बघणार. माझे स्वत:चे, माझ्या आणि माझ्या गाईच्या नावावरचे पंधरा हजार रुपये, जीवनातील सुरक्षितता! परिपूर्ती! निश्चिंतता पण अशी पावती बघताना त्यावरील अक्षर घाणेरडे असणार. या आनंदाच्या क्षणीही नानांच्या मनात विचारानं थैमान घातलं. काही बोलावं का या विचारात नानांनी समोर पाहिलं तर पावती लिहिणारा तो... तोच तरुण होता. सुरेश मुळे, बी. कॉम. म्हणजे तो बँकेत लागला होता तर! त्याच्या पदवी प्रशस्तिपत्रकात त्याला स्पेलिंगची चूक आवडली नव्हती. पण लोकांना द्यायची मुदत ठेव म्हणजे त्यांच्या जीवनातला पदवीदान समारंभच हे त्याच्या लक्षात आलं नव्हतं!

■

सेटेड टोकन

बँकेतला माणूस म्हणजे रूक्ष असं समीकरण मांडलं जातं. नेहमी बेरजा-वजाबाकीच्या आकडेमोडीत गुंतलेला, विविध प्रकारच्या रजिस्टरमध्ये डोकं घालून बसलेला अशी त्याची प्रतिमा उभी केली जाते.

अशाच एका बँकेतल्या अधिकाऱ्याला रिजनल मॅनेजरनं बोलावून घेतलं. ते म्हणाले,

"काळेवाडी शाखेच्या मॅनेजरना तीन आठवड्यांची रजा मंजूर केलीय. तिथं तुम्ही डेप्युटेशनवर जायचंय."

"पण सर, माझं लग्न होऊन महिनासुद्धा झाला नाही. मी

आता परगावी गेलो तर सौ. नाराज होईल.'' जोशी कुरकुरला.

''हे पहा. तुमची नोकरी बघून तुम्हाला छोकरी मिळालीय. तेव्हा प्रथम नोकरी मग घरची सौ.''

सत्तेपुढं शहाणपण चालत नाही असं मनातच म्हणत जोशीनं काळेवाडीला जायचं ठरवलं. तिथं एकही लॉज नव्हतं त्यामुळं बायकोला बरोबर नेण्याचा प्रश्नच नव्हता. त्यानं घरी येऊन सौ. ची समजूत काढली, ''मी लवकरच परत येतोय. तोपर्यंत आपण फक्त पत्रापत्रीच करायची! तू मला पत्र लिहायचं. मग लगेच मी तुला पत्र पाठवायचं.''

जोशी काळेवाडीला गेल्यावर आठवड्यातच सौ. चं पत्र त्याला मिळालं.

इकडं सौ. मिस्टर जोशींच्या पत्राची वाट पाहत होती. पण उत्तर नाही. पुन्हा पत्र लिहिलं - उत्तर नाही.

आता ती काळजी करू लागली. पुन्हा एक खास पत्र लिहिलं. तरीही उत्तर नाही. सारी पत्रं म्हणजे वनवे ट्रॅफिक झाला होता. तिची पत्रं फक्त जात होती. त्याचं एकही पत्र आलं नाही.

महिना संपला आणि जोशी घरी परतला.

सौ. नं थोडं घुश्श्यातच विचारलं, ''अहो, आपलं काय ठरलं होतं? आपण एकमेकांना पत्रं लिहायची. माझी सगळी पत्रं मिळाली नं? तुमचं एकाही पत्राला उत्तर आलं नाही!''

''हो हो हो! तुझी सारी पत्रं मिळाली. पण पत्रावरची सही नमुना सहीप्रमाणे जुळत नव्हती म्हणून मी दुर्लक्ष केलं!''

नियमानुसार वागण्याचा हा कळस झाला.

याउलट देशपांडे हा अगदी नियमापलीकडे जाऊन ग्राहक सेवा देणारा होता. म्हणा त्याचं एक तसं कारणही होतं. तो नुकताच बँकेत लागला होता. अविवाहित होता. उत्साहात

होता. बँकेच्या स्टाफ कॉलेजमध्ये ट्रेनिंग घेऊन तो भारावून आला होता. त्याचे इन्स्ट्रक्टर त्याला सांगत होते,

फ्रॉम धीस डोअर एंटर व्हेरी इंपॉर्टंट पीपल्स.

हू आर दे?

दे आर आवर कस्टमर्स!

शाखेत चांगल्यातली चांगली सेवा देण्याचा विडा उचलल्यागत देशपांडे फिरत होता.

सेव्हिंग्ज खात्याच्या काउंटरवर शेजारच्या सायन्स कॉलेजच्या मुलामुलींची गर्दी असायची. तिथं येणारी मुलं बहुतांशी एकच चौकशी करायची -

"आमची एम. टी. (मेल ट्रान्स्फर - घरून पैसे) आली का?"

असं विचारल्यावर काउंटरवरचा क्लार्क ओरडायचा, "अरे, जरा एम. टी. रजिस्टर आणा!"

कोर्टात जसं पट्टेवाला वकिलांची नावं पुकारतो तसं दोन-तीन वेळा पुकारल्यावर ते रजिस्टर यायचं. मग ते उघडून बघायचं आणि मग एम. टी. आली नाही म्हणून सांगायचं.

एकदा तर तिथल्या क्लार्कनं कमालच केली. "रोज रोज का विचारता? कालच सांगितलं ना की एम. टी. आली नाही म्हणून" असंच चक्क म्हटलं! हे म्हणजे पोस्टमनला 'आमचं पत्र आलं का' विचारल्यावर त्यानं कालच सांगितलं ना नाही म्हणून' असं बोलण्यासारखं आहे.

कॉलेजच्या मुलामुलींना असं नाराज करणं देशपांडेला पसंत नव्हतं. स्वत:चे पैसे परगावहून यायचे असते तर आपण काय केलं असतं याचा त्यानं विचार केला. 'पुट युवरसेल्फ इन द शूज ऑफ द कस्टमर' हे ट्रेनिंगमधलं ब्रीदवाक्य त्याला आठवलं.

मॅनेजरच्या केबीनमध्ये टपाल आल्याबरोबर तो तिथं गेला आणि आपल्या विभागातल्या कोणाचे पैसे आलेत हे पाहिलं. एका छोट्या कार्डावर नंबर लिहून ते स्वत:च्या पुढ्यात ठेवलं.

आता कॉलेजमधली एक युवती आली आणि तिनं आपल्या गोड आवाजात विचारलं, "एम. टी. आली का?" एवढ्या कोमल आवाजानं देशपांडेला अगदी भरून आलं (प्रश्नात एम.टी. शब्द असतानाही) समोरच ठेवलेल्या कार्डवर तिचं नाव आहे पाहून अगदी देव पावल्यासारखं त्याला झालं.

त्यानं होकारार्थी नुसतीच मान हलवली.

हे काय, हा पठ्ठ्या ते रजिस्टर आणा म्हणून ओरडत नाही आणि इतक्या तत्परतेनं पैसे आल्याचं सांगतोय म्हटल्यावर तिला आश्चर्याचा सुखद धक्काच बसला. त्यातून सावरत तिनं विचारलं, "किती पैसे आलेत?"

"पंधराशे." पुढ्यातल्या कार्डावर आधीच तपशील लिहिल्यामुळं देशपांडेनं पटकन उत्तर देऊन टाकलं.

त्या युवतीला पुन्हा एक सुखद धक्का बसला.

"आपल्या फादर्स स्कॉलरशीपचे पैसे काढायला ही घ्या विथड्रॉवल स्लीप."

आपल्या वडलांकडून येणाऱ्या पैशांना स्कॉलरशीप म्हटल्यामुळं त्या पैशाची किंमत चांगलीच वाढली होती. पॉकेट मनीचे पैसे संपल्यावर केव्हा एकदा वडलांकडून पैसे येतात असं व्हायचं. त्यातून अगदी 'सर्व्हिस वुइथ स्माईल'नं पैसे मिळाल्यामुळं ती चांगलीच खूश होती.

तन-मन आणि बँकेतल्या धनानं आता देशपांडे सेवापरायण झाला होता. पैसे काढायचा फॉर्म भरायला काही मदत करू का असं त्यानं अगदी अदबीनं विचारलं. हा आता अगदी आपली

खास सेवा द्यायला बसलाय असं तिला वाटलं. ती म्हणाली-

"..." म्हणाली काहीच नाही. नुसतंच हसली. या एखाद्या तरी स्मितहास्यानं देशपांडेला अगदी हायसं वाटलं.

जिव्हाळ्याच्या बँकेची सेवा आणि व्यक्तिगत जिव्हाळा असं 'टू इन वन' सेवाव्रत चाललं होतं.

तिला आता चांगल्या नव्या कोऱ्या नोटा देऊन आणखी खूश करावं असं त्याला वाटलं होतं. पण ते त्याच्या हातात नव्हतं. प्रत्यक्ष पैसे देणारा कॅशिअर आहे. बरं, त्याला जाऊन जरा विनंती करावी तर या सौंदर्यवान युवतीला खास सेवा द्यायला हा का सरसावलाय अशी त्याला शंका यायची. शिवाय कॅशिअरही तरुण होता. म्हणजे मुद्दाम त्याला ही संधी उपलब्ध करून दिल्यासारखं झालं असतं.

"ऑपॉर्च्युनिटीज आर नेव्हर लॉस्ट. दे आर टेकन बाय अदर्स."

तेव्हा त्याच्याशी काहीही विषय काढायलाच नको म्हणून त्यानं तो नाद सोडून दिला.

पैसे घेऊन ती बँकेबाहेर जाताना देशपांडेनं आणखी एक हास्य करून 'पुन्हा लवकर या हं!' असंच सूचित केलं.

आता ती पुन्हा केव्हा बँकेत येईल याचा अंदाज काढायला त्यानं तिचं बचत खातं उघडून पाहिलं. ती महिन्यातून फक्त एकदाच बँकेत येते हे त्याच्या लक्षात आले. तेसुद्धा फक्त वडलांकडून आलेले पैसे काढण्यासाठी. म्हणजे आता ती फादर्स स्कॉलरशीप घेण्यासाठी एकदम पुढच्या महिन्यात येणार.

चला महिना तर महिना. येणार आहे हे काय कमी आहे.

काही वेळा तर प्रत्यक्ष भेटीपेक्षा भेटीच्या प्रतीक्षेतच आतुरतेची तीव्रता अधिक असते. 'लैला-मजनू', 'हिर-रांझा' ही प्रणयी युगुले कायम एकमेकांसाठी प्रेमानं तडपत राहिली

म्हणूनच त्यांचं प्रेम टिकून राहिलं. जर लैला-मजनूचं लग्न झालं असतं तर सारं प्रेम आटून गेलं असतं. साऱ्या प्रेमावर बोळा फिरला असता. लैलानं किराणामालाच्या सामानाची यादी मजनूच्या हातात लग्नानंतर ठेवली असती तर मजनू कसलं प्रेम करतोय! चक्क पिशव्या घेऊन 'आलीया भोगासी असावे सादर' म्हणून बाहेर पडला असता.

सध्या तरी देशपांडेला प्रतीक्षेत सुख मिळत होतं.

पण पुन्हा ती आल्यावर पुन्हा बँकेतून पैसे काढून घेऊन जाईल.

मला तिच्याबद्दल जरा वेगळंऽऽ वाटतं हे कसं कळणार.

'मग सांग तिला' देशपांडेचं एक मन म्हणालं.

'पण कसं सांगणार?' दुसरं मन म्हणालं.

यावर त्यानं एक नामी शक्कल शोधून काढली. काही गोष्टी प्रत्यक्ष शब्दानं न सांगताही सांगता येतात. 'शब्दावाचुनी कळले सारे शब्दांच्या पलीकडले' हाच मार्ग चोखळायचा असं त्यानं ठरवून टाकलं.

आधी वाटलं होतं महिना हा हा म्हणता सरेल. पण विरहात महिन्याचे केवळ दिवसच नाही, तर रात्रीही आल्यानं हा महिना फारच मोठा झाला होता.

अखेरीस म्हणजे महिनाअखेरीस ती आली. त्यानं त्याची ती गुप्त योजना अंमलात आणली. पण... हा 'पण' फार वाईट. मॅन प्रपोजेस अँड गॉड डिस्पोजेस. त्यानं जरी हा प्रेमाचा पण उचलला होता तरी त्यात पण-परंतु आल्यामुळं पदरी निराशाच पडली.

पण 'पराजयातही विजय' असतो हा सुविचार त्याला आठवला आणि या साऱ्या प्रकारावर त्यानं चक्क एक कविताच लिहिली. ती कविता अशा एका अंकात छापवून आणली की तोच अंक तिच्या हातात त्यानं मागं पाहिला होता.

प्रेम आणि टोकन

बँकेत तिचं खातं होतं
मन तिच्यावर बसलं होतं
सोनालीसारखे पदन्यास
करिश्माचा आभास
काजोलसारखे दिसणे
माधुरीसारखे हसणे
बँकेत ती यायची
मनाची उलघाल व्हायची

आज झाली जमा तिची एम टी
पिताजींची शिष्यवृत्तीच जणू ती
आता पैसे ती काढणार आहे
जवळीक माझी वाढणार आहे
इतरांना नको हे कळायला
मन लागलं योजना आखायला

पुढ्यात पंचवीस टोकन्स दिसली
अन् एकदम एक कल्पना सुचली
एका टोकनला लावला अत्तराचा फाया
लागलो तिची मी वाट पहाया

रेणुका हास्यानं तिचं स्वागत करीन
विथड्रॉवल स्लीप मीच भरून देईन
सहीसाठी पेनही माझेच देईन
सुवासिक टोकन ते ऑफर करीन

जिव्हाळ्याच्या बँकेतला हा जिव्हाळा
पिकवील प्रेमाचा मळा
अशा सुखस्वप्नात दंग असताना
पेन्शनरने विचारले पेन्शन आली ना!
मलाच विचारतोय कळल्यावर
दुसरीकडेच मी पाहायला लागलो
पुढ्यातून जेव्हा हलेचना
त्याला म्हटलं नोटीस पाहा ना

इतक्यात एक वाजताचा चहा आला
साथीदारांचा कोपऱ्यात गलका झाला
साऱ्यांच्या चालल्या गप्पा गोष्टी
माझ्या मनात मात्र ती होती
चहानंतर काउंटरवर पाहतो तो
स्लीप तिची पडली होती
कॅशिअरच्या मनात तसंच होतं
अन् पेमेंट तिचं झालं होतं!

टोकन ते तसंच राहिलं
महिनाभर वाट पाहणं नशिबी आलं!

वाईटातही चांगलं होतं म्हणतात तसं या वेळेस आपल्या सुवासिक भावना देशपांडे या स्वप्नसुंदरीकडे पोहचवू शकला नाही, तरी या कवितेला त्या अंकात 'प्रथम पारितोषिकाची मानकरी कविता' म्हणून स्थान प्राप्त झालं. आता ती कविता वाचेल आणि पुढच्या महिन्यात तरी अत्तराचं टोकन नक्कीच स्वीकारेल अशा भावविश्वात तो रममाण झाला.

■

अजब वसुली!

बँकेत एक सुंदर स्त्री यायची. तिच्या सौंदर्यामुळं साहजिकच स्टाफ मेंबर्सना जरा तिच्याकडे पाहावं वाटायचं. पण एकट्यानं चोरून बघण्यापेक्षा दाराजवळच्या काउंटरवरचा क्लार्क ती आल्याचं इतरांना सांगायचा प्रयत्न करायचा. पण इतरांना सांगताना तिला कळलं तर! चांगलीच पंचाईत व्हायची यावर त्यानं एक तोडगा शोधून काढला. ती आल्यावर इतरांना कळावं म्हणून

एक परवलीचा शब्द शोधून काढला. तो शब्द म्हणजे 'चेक'. ती आल्यावर 'चेक आला रे' असं म्हणायचं ठरलं.

पुढच्या वेळी ती बँकेत आल्यावर त्यानं 'चेक आला रे' म्हटलं आणि साऱ्यांना ती आल्याचं कळलं. आपल्या या नामी युक्तीवर तो खूश होता. पण बँक होती मराठी माणसांची. त्यातल्या एकानं चुगली केली. त्यानं त्या सौंदर्यवतीला जाऊन सांगितलं की, "चेक आला रे म्हणतात ते तुम्हाला बरं का!"

ती म्हणाली, "असं आहे का? बघतेच पुढच्या वेळी."

ती नेहमीप्रमाणे बँकेत आल्यावर समोरच्याच क्लार्कनं म्हटलं, 'चेक आला रे'. त्याबरोबर तिनं आपलं गळ्यातलं मंगळसूत्र त्याला दाखवत म्हटलं,

"अकाउन्ट पेयी आहे बरं का! दुसऱ्याच्या खात्यात चालायचा नाही!!"

असे विनोद सांगण्यात स्टाफची मंडळी आपली मधली सुट्टी घालवत होती.

त्यावर दुसरा म्हणाला, "अरे, आपल्या बंड बाई आहेत ना त्या गेल्या गुरुवारी दुपारी मधल्या सुट्टीत म्हणाल्या, 'अहो कामदार, जरा कीस घेता का?'

कामदार कावराबावरा झाला. तो हळूच पळ काढायला लागला कारण हे सगळं इतर स्टाफच्या देखत झालं होतं.

तेवढ्यात बंड बाई पुढं म्हणाल्या, 'सकाळीच बटाट्याचा कीस तळला. तुमचाही उपास असतो तेव्हा देऊ का थोडा कीस?'

तेव्हा कामदार म्हणाला - 'बटाट्याचा' हा शब्द काय उद्या उच्चारणार?"

या हास्यविनोदात भर घालायला एक जण म्हणाला, 'एटीएमचा लाँगफॉर्म काय?' 'एनी टाईम मनी', 'ॲटोमॅटिक

टेलर मशीन' अशी उत्तरं आली. त्यावर तो म्हणाला, 'असतील तर मिळतील.'

अशा या पी. जे. चाललेल्या बँकेतले लोक वात्रट होते असं नाही हं. याच स्टाफनं पुढं दुसऱ्या खातेदाराला आयुष्यातील यशस्वी जीवनाचा मार्ग दाखवला होता. त्याची हकिकत अशी-

सुवर्ण नियंत्रण कायद्यानं सोनारकामाचा धंदा बंद पडलेला. हा खातेदार म्हणजे रामभाऊ होता.

एक दिवस शेजारी रामभाऊंना म्हणाले, "बेकार झालेल्या सोनारांना सरकार कर्ज देतयं. तेव्हा उद्योग केंद्रात जाऊन ये."

"बरं झालं बाबा. नशिबात चांगले दिवस आले वाटतं."

तो जिल्हा उद्योग केंद्रात गेला. कर्जाचा अर्ज करण्यासाठी काय करायला लागेल ते विचारलं. त्यांचा अधिकारी घर बघायला येईन म्हणाला. तुम्ही सोनारकाम करीत होता याचा सुवर्णकार मंडळाकडचा दाखलाही आणायला सांगितला. कोणता उद्योग सुरू करावा याचा विचार रामभाऊंच्या मनात चालला होता.

आपल्या घराच्या बाहेरच्या खोलीवर वेल्डिंग मशीन बसवावं असं त्यांच्या मनानं घेतलं. दारात टेंभा पेटवून सोन्याचं झाळकाम करेन. ते सोनेरी दिवस गेले. आता लोखंडाचं झाळकाम करायचं. श्रमदेवतेला कुठंच कमी लेखायचं नाही. झाळकामाच्या वेळी उडतील त्या ठिणग्या म्हणजे श्रमदेवतेला वाहिलेली फुलंच असतील. जिल्हा उद्योग केंद्राचा अधिकारी त्याच्या घरी आला. त्यानं जागा पाहिली.

"वेल्डिंग मशीनला कर्ज मिळेल ना?" रामभाऊ.

"कर्ज बँक देणार. आम्ही हे फॉर्म भरून बँकेकडे पाठवणार. सरकारकडून तुम्हाला दहा टक्के सबसिडी मिळेल."

“कोणत्या बँकेकडे जायचं?”

“तुमच्या जवळच्या मॉडर्न बँकेकडे अर्ज पाठवतो. तुम्ही दहा दिवसांनी त्या बँकेत जाऊन विचारा.”

रामभाऊंनी बाहेरची खोली वेल्डिंग मशीन बसवायला मोकळी केली. बाकी सारा संसार एका खोलीत बसवला. पन्नाशीच्या वयातसुद्धा गावातल्या दुसऱ्या वर्कशॉपमध्ये जाऊन त्यांनी वेल्डिंगची माहिती घेतली. वर्कशॉपच्या मालकाची पूर्वीची ओळख म्हणून त्यानं शिकवलं तरी. नाहीतर हा एक स्पर्धक आला म्हणून माहिती द्यायला टाळाटाळ केली असती.

बँकेत गेल्यावर त्यांचे फॉर्म भरून द्यायला सांगितलं. आपल्या गावातील एक जण दुसऱ्या बँकेत कारकून होता. त्याच्या मदतीनं फॉर्म भरले. नगरपालिकेतून घराचा उतारा आणून तो जोडला. वेल्डिंग मशीनचं कोटेशन आणलं. मुलाला जामीनदार म्हणून दिलं. बाहेरचा जामीन नव्हता. घराचं गहाणखत हवं म्हटलं म्हणून तेही दिलं. स्टँप पेपरचा खर्च नुसता पाचशे रुपये आला. घर गहाण ठेवलं. कर्ज मंजूर झालं.

दसऱ्याच्या शुभमुहुर्तावर वेल्डिंग मशीन बसवलं. नारळ फोडला. पूजा केली. दसऱ्याचं सोनं वाहिलं. मशीन सुरू झालं. साखर वाटली.

वेल्डिंगची थोडी फार कामं होत होती. पण रोज पुरेसं काम मिळत नव्हतं. तेव्हा स्वत:चंच उत्पादन काढायचं ठरलं. लोखंडी कॉट बनवायला सुरुवात केली.

एखाद्या वेळी नशीब फिरलं की सगळीकडूनच त्रास सुरू होतो. कॉटचं वेल्डिंग करताना ती ठिणगी उडाली ती रामभाऊंच्या डोळ्यात घुसली. दवाखान्यात जावं लागलं. शस्त्रक्रिया करूनही उपयोग झाला नाही. एक डोळा कायमचा गेला. डॉक्टरचं बिल भागवताना होता तेवढा माल विकून टाकावा लागला.

धंद्यातलं भांडवल नाहीसं झालं. धंदा पूर्ण बसला. बँकेत सुरुवातीचे दोन हप्ते भरले होते तेवढेच. त्यानंतर दोन वर्ष एक पैसाही भरता आला नाही. बँकेच्या नोटिसा यायच्या, पण पैसा जवळ नाही तर कशाला जायचं म्हणून तो तिकडं फिरकलाही नाही.

बँकेचे पहिले मॅनेजर बदलून गेले होते. त्यानंतर एक मॅनेजर येऊन गेले. नोटिसा यायच्या, पण बँकेचा माणूस कोणी आला नव्हता. आता मात्र बँकेचा एक अधिकारी सारखा यायला लागला. तगादाच लावला होता त्यानं. 'पैसे नाही भरले तर घरावर जप्ती आणू' म्हणाला.

''माझ्याजवळ काही नाही. हे वेल्डिंग मशीनसुद्धा मला विकावं लागलं तेव्हा आजारपणातनं निभावलो. राहाण्यापुरतं हे जुनं दोन खोल्यांचं घर आहे ते मला राहू द्या. नाहीतर आम्ही रस्त्यावर येऊ. उघडे पडू.''

''ते काही चालणार नाही. बँकेचे पैसे भरलेच पाहिजेत नाहीतर जप्ती येणार. तुम्हाला काय सांगायचं ते आमच्या मॅनेजर साहेबांना येऊन सांगा.''

रामभाऊ बँकेत आला. केबीनबाहेर चपला काढून ठेवल्या. केबीनमध्ये येऊन मॅनेजरच्या पाया पडला.

''साहेब, माझ्या घरावर जप्ती आणू नका. माझा सोनारकामाचा धंदा गेला. हा वेल्डिंगचा धंदाही बसला. माझा डोळा गेला. माझ्याजवळ आता काही नाही. माझं मोडकं घर मला राहू द्या.''

''घरी कोण कोण आहे?''

''दोन मुलं आहेत. एक किराणा मालाच्या दुकानात नोकरीला आहे. दुसरा बेकार आहे.''

''त्याला किती पगार मिळतो?''

''दीडशे रुपयावर लागला. आता दोनशे मिळतात.''

काहीतरी कल्पना सुचलेली मॅनेजरच्या डोळ्यांत दिसलं. त्यांनी ऑफिसरला बोलावलं.

"आपल्याकडच्या भरत इंडस्ट्रीमध्ये एकाला आणि जाधव इंडस्ट्रीत दुसऱ्याला नोकरीला लावा. त्यांच्याकडून भरपूर काम करून घ्या म्हणाव. दोन्ही मुलांना पाच पाचशे रुपये मिळतील. त्यातले घरात पाचशे त्यांना खर्चाला होतील आणि पाचशे पगारातून कापून बँकेत पाठवा म्हणाव. तसं त्यांच्याकडून लिहून घ्या."

"पण ते कारखानदार त्यांना घेतील का?"

"त्यांचा कारखाना आजारी होता तेव्हा आपण नाही का मदत केली? आपण स्वत:ला काही मागत नाही. एका घराला घरपण मिळवून द्यायचा आपला हा प्रयत्न आहे."

मॅनेजरनी रामभाऊंना हातानं आधार देत खुर्चीवर बसवलं. पाणी प्यायला दिलं. त्यांचा अधिकारी सांगत आला,

"दोघेही इसम भेटले. काम झालंय!"

रामभाऊच्या असलेल्या एका डोळ्यातून आनंदाश्रू ओघळले!

बँकेची ही अजब वसुली मुलांना कायमच्या नोकऱ्या देऊन गेली!

■

पुल एक आनंदयात्रा

श्याम भुर्के

पु.लं.नी हयातभर आनंदाची बरसात केली. ही बरसात करताना जे धन, मानधन मिळाले ते समाजकार्यात देऊन दुःखितांच्या जीवनात आनंद निर्माण केला. आपल्या ट्रस्टद्वारा समाजातील दुःखे दूर करण्याची कायमस्वरूपी व्यवस्था केली. असे त्रिकालबाधित आनंदयात्री म्हणजे आपले लाडके 'पुलं'.
पु.ल. या आनंदयात्रीचं गुणगान यथोचित शब्दात कविवर्य मंगेश पाडगावकरांनी केलंय-

पु.ल. स्पर्श होताच दुःखे पळाली
नवा सूर आनंदयात्रा मिळाली
निराशेतुनी माणसे मुक्त झाली
जगू लागली हास्यगंगेत न्हाली!